ትኩረት

ከዋናው ከአስፈላጊው ነገር አንጻር የተቃኘ ሕይወት

በዶ/ር ኢዮብ ማሞ

ትኩረት

አምስተኛ እትም 2006

Focus

Fifth edition 2017

Dr. Eyob Mamo

Box 5824

Addis Ababa, Ethiopia

251-911-220566

ምስጋና

የሞራል ድጋፍ፣ የጽሑፍ እርማትና ማስተካከያ፣ እንዲሁም የሽፋን ዲዛይን መዋጮ ከውድ ባለቤቴ ከአዲያም ሰሎሞን ተቀብዬአለሁና የከበረ ምስጋና ...

ጽሑፎቼን በማንበብ የበለጠ እንድጽፍ ለሚያበረታቱኝ አንባቢዎች የከበረ ምስጋና ...

ከሁሉም በላይ ለአገሬና ለሕብረተሰቤ ይህንን መሰል ጽሑፎች እንዳቀርብ ሁል ጊዜ ለሚረዳኝ ለአምላኬ የላቀ ምስጋና።

ማውጫ

ክፍል አንድ

ትኩረት በየእለቱ

ክፍል ሁለት

ትኩረት የሞላበት የሕይወት ዘይቤ

መግቢያ

በዚህ ምድር ላይ የብዙዎችን እምቅ ጉልበትና ብቃት ታምቆ በዚያው እንዲቀርና እንዳይወጣ ካደረጉ አንጋፋ ችግሮች መካከል አንዱ ትኩረት ማጣት ነው ብንል አንሳሳትም፡፡ ትኩረት ከማንኛውም ወሳኝ የሆኑ የሕይወታችን ሂደቶች ጋር በቀጥተኛ መንገድ ይገናኛል፡፡ ትኩረቱን ያጣ ሰው ሃሳቡን፣ ገንዘቡን፣ ስሜቱን፣ ጊዜውንና እንዲሁም ማንነቱን ሳይቀር መሰብሰብ ያቃተው ሰው ነው፡፡ የታላላቅ ክንዋኔ ባለቤቶች ምንም አይነት ነገር ከማከናወናቸው በፊት ካዳበሯቸው ጥበቦች መካከል ትኩረት አንዱ ነው፡፡

የትኩረት ሁለት ገጽታዎች

በዚህ መጽሐፍ ውስጥ የትኩረትን ሁኔታ በሁለት መልኩ እንመለከተዋለን፡፡ በአንድ ጎኑ በየእለት ኑሮአችን ከዋናው ዓላማችንና ግባችን ሳንወጣና አስፈላጊው ላይ በማተኮር የመሄድን ጥቅምና አስፈላጊነት ስንመለከት፣ በሌላ ጎኑ ደግሞ ትኩረትን የሕይወታችን ዘይቤ ስለማድረግና በእንዴት አይነት መልክ የተሻለውን የሕይወት ዘይቤ መምረጥ እንደምንችል እንመለከታለን፡፡

1. በየእለት ተግባራችን

ይህ የትኩረት ሁኔታ በየቀኑ ባለን ኑሮ ከአላማችን አንጻር መገንባትንና በየእለቱ በሚከሰቱ ሁኔታዎች ሃሳባችን እንዳይበታተን የመጠበቃችንን ሁኔታ ያመለክታል፡፡ ይህ እውነታ የመጽሐፋችን የመጀመሪያ ክፍል ዋና ጽንሰ-ሃሳብ ነው፡፡ የየእለት ኑሮአችንን ትኩረት በሞላበት መልኩ የመኖርን ብልሃት ካላዳበርን የኋላ ኋላ የተጠራቀሙ አመቶቻችንን መለስ ብለን ስናያቸው አንድም ነገር ሳናከናውን እንዳለፍን እናስተውላለን፡፡

2. አጠቃላይ የሕይወት ዘይቤ

ይህ የትኩረት ሁኔታ የሕይወት ዘይቤን ይመለከታል፡፡ ለአጠቃላይ የሕይወታችን እድገት፣ ለስኬታማነታችንና ለቤተሰብም ሆነ ለምንኖርበት ማሕበረሰብ ከማይጠቅሙ ሁኔታዎችና የሕይወት ዘይቤዎች ላይ ትኩረታችንን በማንሳት ወደ ዋናውና ወደ አስፈላጊው የማዞር የሕይወት ዘይቤ ነው፡፡ ትኩረታችንን ከተራው ነገር አንስተን ወደከበረው፣ ከጊዜአዊው ነገር አንስተን ወደ ዘላቂው፣ ከአከሳሪው ነገር አንስተን ወደ ትርፋማው ስናዞር ጣእምና ስኬት ወደሞላበት የሕይወት ቀጠና እንገባለን

ወደ እነዚህ እጅግ አስፈላጊ ወደሆኑ ምእራፎቻችን ከመግባታችን በፊት ያለንበትን የትኩረት ደረጃ ለመለየት እንዲረዳን ከዚህ በታች የቀረበውን መጠይቅ በመሙላት ለራሳችን ውጤትን እንሰጣለን፡፡ ለእያንዳንዱ ጥያቄ ትክክለኛውንና ያለንበትን ወቅታዊ ሁኔታ የሚያንጸባርቀውን መልስ መስጠት በዚህ መጽሐፍ ውስጥ ከሰፈሩት ጠቃሚ መመሪያዎች እንድንጠቀም ይረዳናል፡፡

የትኩረት መለኪያ መጠይቅ

እያንዳንዱን አረፍተነገር ካነበብክ በኋላ ሃሳቡ በገለጠው ብርታት አንጻር ለራስህ ከ10 ስንት ትሰጠዋለህ ብትባል የምትሰጠውን ትክክለኛ ውጤት አክብብ፡፡ 1 ዝቅተኛ ውጤት ሲሆን 10 ደግሞ ከፍተኛው ውጤት ነው፡፡

1. በቀጠሮዎችና በስብሰባዎች በሰዓቱ የመገኘት ሁኔታ
   1 2 3 4 5 6 7 8 9 10
2. አንድን ስራ ጀምሮ የመጨረስ ሁኔታ
   1 2 3 4 5 6 7 8 9 10
3. አንድን ለማከናወን ያሰብኩትን ነገር ለሌላ ቀን ሳላስተላልፍ በእለቱ የመጀመር ሁኔታ
   1 2 3 4 5 6 7 8 9 10

4. የአንድን ተግባር ውጤት አስመልክቶ ግልጽ የሆነ ግብ የማውጣት ሁኔታ
   1 2 3 4 5 6 7 8 9 10

5. በስብሰባ ወቅትም ሆነ ከሰዎች ጋር ባለኝ ግንኙነት ሃሳቤን ከሞባይል ስልኬ ላይ የማንሳት ሁኔታ (ሞባይሌን ደጋግሞ አለማየትና አለመነካካት)
   1 2 3 4 5 6 7 8 9 10

6. ከኢሜል፣ ከፌስቡክና እንዲሁም እንደ ሞባይልና ከመሳሰሉት ኤሌክትሮኒክስ መሳሪያዎች ውጪ ካለምንም መጨናነቅ ለሰዓታት ተለይቶ የመቆየት ሁኔታ
   1 2 3 4 5 6 7 8 9 10

7. ሰዎች ሲናገሩ ምን መልስ እንደምሰጥ ከማሰብ ይልቅ ሙሉ ትኩረት ለሰዎች የመስጠት ሁኔታ
   1 2 3 4 5 6 7 8 9 10

8. አዲስ የተዋወኩትን ሰው ስም ከትንሽ ደቂቃዎች በኋላ ብጠየቅ የማስታወሴ ሁኔታ
   1 2 3 4 5 6 7 8 9 10

9. ማህበራዊ ሕይወቴን፣ ጓደኝነቴንና የስራ ሁኔታን ካለአግባብ ወደቤት ይዞ ከመሄድና ከቤተሰብ ጊዜ ጋር ከመደባለቅ የመቆጠብ ሁኔታ
   1 2 3 4 5 6 7 8 9 10

10. ከቤተሰቤ ጋር ማሳለፍ የሚገባኝን ጊዜ ለሞባይል ስልክ ጥሪዎችና ለተለያዩ የመገናኛ ብዙሃን ከመስጠት የመቆጠብ ሁኔታ
    1 2 3 4 5 6 7 8 9 10

11. በሃላፊነት በተረከብኩት ስራ መካከልም ሆነ በአስፈላጊ ስብሰባዎች መካከል ትኩረትን ከሞባይል ስልክ ጥሪ የማንሳት ሁኔታ
    1 2 3 4 5 6 7 8 9 10

12. ለሰዎች፣ "አደርገዋለሁ" ብዬ የገባሁትን ቃል ባልኩት ቀንና መንገድ የመፈጸም ሁኔታ
    1 2 3 4 5 6 7 8 9 10

13. ከሰው ጋር ስነጋገር አይኔንና ትኩረቴን ከሰውየው ላይ ሳላነሳና ወዲህና ወዲያ ሳልወሰድ የመደማመጥ ሁኔታ
    1 2 3 4 5 6 7 8 9 10

14. በአንድ ጊዜ ከአንድ በላይ ቀጥሮ ያለመያዝና ጊዜዬን የማዋቀር ሁኔታ
    1 2 3 4 5 6 7 8 9 10

15. ሰዎች ላወሩብኝ ክፉ ወሬ ወይም ለተደረገብኝ ነገር አጸፋ ለመመለስ ከመሯሯጥ ይልቅ ዋናው ዓላማዬ ላይ የማተኮሬ ሁኔታ
    1 2 3 4 5 6 7 8 9 10

ከእያንዳንዱ አረፍተ ነገር ስር ለራስህ የሰጠኸውን ውጤት በመደመር እዚህ ጋር አስፍር

____

- ውጤትህ ከ135 – 150 ከሆነ ያተኮረ የሕይወት ዘይቤ መስመር ውስጥ እንዳለህ ያመለከታልና በዚሁ ቀጥል
- ውጤትህ ከ105 – 120 ከሆነ ወደ አተኮረ የሕይወት ዘይቤ ውስጥ ለመግባት እያደግህ መሆኑን ጠቋሚ ነው
- ውጤትህ ከ60 – 90 ከሆነ የትኩረት ደረጃህ የወረደና መሻሻል እንዳለበት አመልካች ነውና አስብበት
- ውጤትህ ከ1 – 30 ከሆነ ከትኩረት ቀጠና እጅግ ሩቅ የሆንክ ሰው መሆንህን ያሳያልና ፈጣን እርምጃ ውሰድ

በዚህች አነስተኛ መጽሐፍ ውስጥ የሰፈሩትን የትኩረት እውነታዎች በማጥናት የሕይወትና የአመለካከት ዘይቤ እንድትለውጥ አበረታታለሁ::

መልካም ንባብ!

ክፍል አንድ

ትኩረት በየእለቱ

አንድን እጅግ በጥበብ የላቀን ሰው አገኘሁትና ባለችኝ የጋዜጠኝነት ሙያ ተጠቅሜ መጠየቅ የምችለውን ያህል ለመጠየቅ ሞከርኩ፡፡

ጠቢቡ - "ና ጠጋ በል ... ጥያቄ ልትጠይቀኝ እንደፈለግህ ታስታውቃለህ" አለኝ፣ የልቤን ፍላጎት ገምቶ፡፡

እኔ - "ጊዜ ካለህ" አልኩት፡፡

ጠቢቡ (ልብን በሚሰርቅ ፈገግታ) - "ለማወቅ ለሚፈልጉ ሰዎች ሁሉ ጊዜ አለኝ" ብሎ መለሰልኝ፡፡

ይህ ጥበበኛ እንዴት ለሰው ሁሉ ጊዜ ሊኖረው ቻለ? እያልኩ ሳወጣና ሳወርድ በፈገግታና በትእግስት ይጠብቀኝ ነበር፡፡

እኔ፡- "ስለ ሰው ፍጥረት ከሚያስገርሙህ ነገሮች መካከል ጥቂቱን ንገረኝ" አልኩት፡፡

ጠቢቡ -

- "ልጆች ሳሉ መሰልቸታቸውና ትልቅ ለመሆን መሮጣቸው ... ካደጉ በኋላ ደግሞ ልጅ መስሎ ለመታየት መሯሯጣቸው ያስገርመኛል ...
- ገንዘብ ለማካበት ጤንነታቸውን ማጣታቸው ... ጤናቸውን ለመመለስ ደግሞ እንደገና ያንኑ ገንዘብ ማፍሰሳቸው ያስደንቀኛል ...
- ስለ ነገ በመጨነቅ ዛሬን ለመኖር አለመቻላቸውና ከዛሬም ሆነ ከነገ ሳይሆኑ መንከራተታቸው ያስገርመኛል ...
- ልክ እንደማይሞት ሰው መኖራቸውና ልክ እንዳልኖረ ሰው ተጽእኖ ቢስ ሆነው መሞታቸው ያስገርመኛል፡፡

ይህን ጠቢብ ዝም ብለው ሌሎች ሃሳቦች እንደሚጨምር እየተሰማኝ በማቋረጥ፣ "ሌላ ጥያቄ ልጠይቅህ?" አልኩት፡፡

ጠቢቡ፡- ደስ በሚያሰኝ ፈገግታ ፈቃደኝነቱን ገለጠልኝ፡፡

እኔ፡- "የሰው ልጅ ሁሉ አባት ብትሆን ለሰው ልጆች እንዲያደርጉ ከምትመክራቸው ነገሮች መካከል ጥቂቶቹን ንገረኝ" አልኩት፡፡

ጠቢቡ (ረዥም ጺሙን ዳበስ ዳበስ በማድረግ ካሰበ በኋላ)፡-

- ማንም ሰው እንዲወዳቸው ማስገደድ እንደማይችሉ፣ ነገር ግን ማድረግ የሚችሉት የሚወደድ ማንነትን ማሳደግ ብቻ እንደሆነ እንዲያወቁ እመክራቸው ነበር፡፡
- መልካም ማንነትንና የተመሰከረለት ማህበራዊ ሕይወት ለመገንባት አመታት እንደሚፈጅ፣ ለማፍረስ ግን አንድ ደቂቃ እንደሚፈጅ እንዲያውቁ አስተምራቸው ነበር፡፡

- የሕይወታቸቸውን አቅጣጫ የሚወስነው ያላቸው ንብረትና ሃብት ሳይሆን በሕይወታቸው ያስጠጓቸው የወዳጆች አይነት እንደሆነ እንዲገነዘቡ አሳስባቸው ነበር፡፡
- ታላላቅ ሕልሞችን ለማለምና ከግባቸው ለማድረስ የሚያስፈልገው ታላቅ ሰው መሆን ሳይሆን ከግብ ለመድረስ የቆረጠ ማንነት እንደሆነ እንዲያውቁ የተቻለኝን አደርግ ነበር፡፡
- ሃብታም ሰው ብዙ ገንዘብና ቁሳቁስ ያለው ሰው ሳይሆን የሚያስፈልገውን ነገር ያወቀ ሰው እንደሆነ እንዲያውቁልኝ እጥር ነበር፡፡
- ራሳቸውን ከሌላው ጋር ማነጻጸርና ማወዳደር እንደማይገባቸውና ከእነርሱ የሚያንስ ሰው እንዳለ ሁሉ የሚበልጥም ሰው የመኖሩን እውነታ እንዲቀበሉት አስረዳቸው ነበር፡፡
- አመለካከታቸውን መቆጣጠር እንዳለባቸው አለዚያ አመለካከታቸው እነሱን እንደሚቆጣጠራቸው እንዲማሩ እሞክር ነበር፡፡
- እጅግ በጣም የሚወዷቸውና የሚያከብሯቸው ነገር ግን ያንን በቅጡ ለመግለጽ የማይሆንላቸው ብዙ ወዳጆች እንዳሏቸው አስረዳቸው ነበር፡፡
- እውነተኛ ጓደኛ ማግኘት እጅግ ከባድ እንደሆነ፣ ያንን ያገኘ ግን የሕይወቱን አብዛኛውን ችግሩን እንዳቃለለ እንዲያውቁ እመክራቸው ነበር፡፡
- የቅርብ ወዳጆቻቸውን ለማቁሰል ሰከንድ እንደሚበቃ ለመፈወስ ግን አመታት እንደሚፈጅ እንዲገባቸው እጣጣር ነበር፡፡
- ሰዎችን ለመቆጣጠር በመሞከር እንደሚያጧቸው፣ ምርጫቸውን በማክበር ነጻነታቸውን በመስጠት ግን ለዘለቄታው ወዳጆች እንደሚያደርጓቸው እንዲገነዘቡ ለማድረግ እሞክር ነበር፡፡

- የውስጥ ሰላም ለማግኘት ከሰዎች ይቅርታን ማግኘት ብቻ ሳይሆን ራሳቸውንም ይቅር ማለት እንደሚገባቸው እንዲያስታውሱ አሳሰባቸው ነበር፡፡
- ከመናገር በሚቆጠቡበት ነገር ላይ ጌታ፣ በልቅነት ለሚናገሩት ንግግር ደግሞ ባሪያ ሆነው እንደሚኖሩ አሳውቃቸው ነበር፡፡
- እውነተኛ ደስታ የውሳኔ ጉዳይ እንደሆነ፣ በማንነታቸውና ባላቸው ነገር ደስተኛ መሆን፣ አለዚያ በቅንአትና በፉክክር ወጥመድ ውስጥ እንደሚገቡ አስገነዘባቸው ነበር፡፡
- በአጭሩ በዋናው የሕይወት ነገር ላይ ያተኮረ ዝንባሌ ቢኖራቸው እመክራቸዋለሁ፡፡

አስገራሚ ምክር!

ይህ ጠቢብ የተናገረው የመጨረሻና የሁሉ ማሰሪያ የሆነው "በዋናው የሕይወት ነገር ላይ ያተኮረ ዝንባሌ" የሚመጣው ግን ከየት ነው? እንዴትስ ነው? መልሱን በሚቀጥሉት ገጾች ውስጥ እናገኛዋለን፡፡

የዘመኑ እውነታ

አንድ ሰው ጥራት ያለውን ጊዜ በመውሰድ በአንድ ነገር ላይ ብቻ ላተኩር እንኳን ቢል ማድረግ የማይችልበት ደረጃ ላይ ደርሰናል፡፡ ሰውን ሁሉ አስወጥተንና በሩን ዘግተን ቢሮአችንም ሆነ እቤታችን ተቀምጠን እንኳን ብቻችንን መሆን አንችልም፡፡ ሞባይል ስልኩና ኮምፒውተሩ፣ "መልእክት መጥቷል" በሚለው ደውሎቻቸው አማካኝነት ካለማቋረጥ ሰዎች በዙሪያችን ናቸው፡፡ በማንኛውም ሰዓት የትም ስፍራ የሚገኝን ሰው አጠገባችን ባለች አንዲት መሳሪያ አማካኝነት ለፈለኩት ሰዓት ያህል ለማነጋገር ያለኝ ብቃት የሕይወት ዘይቤዬን ለአንዴና ለመጨረሻ ጊዜ ለውጦታል፡፡

"በጥንት" ጊዜ ሰዎች አንተን ለማግኘት እቤትህ ወይም መስሪያ ቤትህ መምጣት ነበረባቸው፡፡ እንደሚመጡ አስቀድመው የመንገሩ እድል እንኳን እጅግ ጠባብ ነበር፡፡ መጥተው ካላገኙህ የነበራቸው አማራጭ ማስተወሻ ጽፎ መሄድ ወይም እስኪያገኙህ ድረስ መመላለስ ነው፡፡ ከዚያ አልፎ ሁኔታው ሲሻሻል የቤትና የቢሮ የመስመር ስልኮች ያንን ሁኔታ ለወጡትና በስልክ ሊያገኙህ የሚችሉበት ሁኔታ ተፈጠረ፡፡ ለዚያውም አንተ ስልኩ ጋር ሄደህ ካልጠበካቸው ሊያገኙህ አይችሉም፡፡ አሁን ግን ይህ ሁኔታ ጊዜው አልፎበታል፡፡

መረጋጋትና ማተኮር አለመቻል ዓለምን እዚህ ደረጃ ያደረሳትን የሰውን የፈጠራ ብቃት የሚወስድ አንደኛ ጠላት ነው፡፡ ይህንን ለማወቅ ከፈለግህ፣ ጸጥ ያለ አካባቢ ብቻህን

ስትሆንና ከየቀኑ ኡደት ዘወር ብለህ ደስ የሚልህን ነገር እያደረግህ ስትረጋጋ የሚመጡልህን አዳዲስ ሃሳቦች አስታውስ፡፡ ስትረጋጋና ስታተኩር ብቻ ውስጥህ አዳዲስ ነገሮችን ማፍለቅ ይጀምራል፡፡ ዘመናዊነትና ስልጣኔ ብዙ የሰጠን መልካም ነገር የመኖሩን ያህል ሚዛናዊን ልውውጥ እንዳላደረገ ግን እሙን ነው፡፡ ጥቂት ሰጥቶን ብዙ ወስዶብናል፡፡ የመጫወት ብቃትን ሰጥቶን ለመጫወት ግን ያለንን ጊዜ ቀምቶናል፡፡ ነገሮችን በቀላሉና በፍጥነት የምናከናውንባቸውን መሳሪያዎች ፈጥሮልን በዚያው "ፈጥነን" እንድንቀርና የምንሰራውን ለማወቅ እንኳ ጊዜ እንዳይኖረን አድርጎናል፡፡ በእጆቻችን ላይ የሚገኙትን ኤሌክትሮኒክሶች እኛ ልንጠቀምባቸው ሲገባን የሚጠቀሙብን እነሱ ናቸው፡፡ እኛ እነሱን ልናበራቸውና ልናጠፋቸው ሲገባን እነሱ እኛን "ያበሩናል"፣ ብሎም "ያጠፉናል"! ስሜቶቻችን በእነሱ ላይ ተመስርተዋልና፡፡

በጣም አመርቂ ዘመን ላይ ነው ያለነው፡፡ ይህ ዘመን የመረጃ ዘመን ተብሎ ይጠራል፡፡ በዚያው ልክ "የመራወጫም" ዘመን ነው፡፡ እንግዲህ ያሮጡንና ያራወጡን ነገሮች ሱሰኞች አድርገውናል፡፡ በመዝገበ ቃላት ላይ የተጻፈው "ሱስ" የተሰኘው ቃል ትርጓሜ እንደገና መስተካከል ያለበት ዘመን ላይ የደረስን ይመስለኛል፡፡ በዚህ ዘመን ሰው በተለያዩ አደንዛዥ እጾችና በአልክሆል ብቻ አይደለም ሱሰኛ የሚሆነው፡፡ ሰው ከሞባይሉ፣ ከኢንተርኔቱ፣ ከፌስቡኩ፣ ከቴሌቪዥኑና ከመሳሰሉት ብንፈልግም ሆነ ባንፈልግ "አፍንጫችን" ድረስ መልእክቶቻቸውን ከሚያመጡብን ሁኔታዎች ጋርም ሱስ ይይዘዋል፡፡

> ይህ ዘመን የመረጃ ዘመን ተብሎ ይጠራል፡፡ በዚያው ልክ የመራወጫም ዘመን ነው፡፡

ሱስ ማለት ከአምስቱ ህዋሳቶቻችን በአንዱ በኩል ስናስተናግደው በፍጥነት የስሜት እርካታና ግለት የሚሰጠንና ብዙም ሳይቆይ ያንን የሰጠንን ስሜት ጠቅልሎ ይዞ የሚሄድ፣ እንደገናም "ፈልጉኝ፣ አግኙኝ፣ አለዚያ ትደበራላችሁ" የሚል የቅርብ ወዳጅ-ጠላት ነው፡፡ ሱስ ማለት አንድን ነገር አድርገን የጥሩ ስሜት ውጤቱን ወዲያውኑ፣ የአሉታዊ ውጤቱንና ጠንቁን ደግሞ

ከርሞ የምናገኘው ልማድ ነው፡፡ አንድ ሰው አንድን አደንዛዥ እጽ በሚጠቀምበት ጊዜ ይህ እጽ ምንም ጊዜ ሳያባክን ለሚሰጠው "ደስታ" ወሰን የለውም፡፡ ይህ ስሜት ግን ጊዜአዊና ደጋግሙኝ ባይ ነው፡፡ ከድግግሞሹ ከምናገነው ጊዜአዊ ርካታ የላቀ መዘዝ ግን ከጊዜ በኋላ ይዞ ይመጣል፡፡ የዘመኑ ትኩረት አሳጪ የኤሌክትሮኒክስ "ወዳጆቻችንም" አሰራራቸው እንደዚሁ ነው፡፡ በየደቂቃው ኢሜይላችንን፣ ፌስቡካችንን፣ የቴሌቪዥን ጣቢያዎቻችንንና የመሳሰሉትን እየነካካን ምላሽ ሲሰጡን የምናገኘው ደስታ ለጊዜው ጥሩ ዋጋ ቢከፍለንም ሚዛናዊ አድርገን ካልያዝነው የኋላ ኋላ አንድም ነገር ሳንፈጥርና ሳንሰራ እንድናልፍ ያደርጉናል፡፡ ይህ ደግሞ የከስረት ሁሉ ከስረት ነው፡፡

ሰው በራሱ ላይ ካለው እይታና አመለካከት ጋር ሲታገል የሚኖር ፍጡር ነው፡፡ በሌሎች የመፈለግ ስሜትን የሚሰጠውን ማንኛውም ነገር ይወድዳል፡፡ እንግዲህ ጨዋታው እዚህ ላይ ነው፡፡ የኤሌክትሮኒክስ የመልእክት ሳጥናችን ላይ ስንት መልእክት እንዳለን ምልክቱን ስናይ በውስጠ-ህሊናችን ስውር የደስታ ስሜት ይፍለቀለቃል፡፡ አንድ ሰው ስለእኛ አስቦ መልእክት የመላኩ ጉዳይ ተቀባይነትና ተፈላጊነት ለጠማው ማንነታችን ታላቅ ዜና ነው - ሳናስበው! በፌስቡካችን ላይ የለጠፍነውን ምስላችንን ስንት ሰው "ላይክ" (Like) እንዳደረገው ከማየት የሚመጣው ስውር የትኩረት ማእከል የመሆን ስሜት ሱስ ያስይዛል፡፡ የሞባይል ስልካችንም ቢሆን ከዚህ የተለየ አሰራር የለውም፡፡ ከሰው ጋር በአንድ ካፌ ተቀምጠን እየተነጋገርን ስልካችንን በየስንት ሰከንዱ "ጠቅ" በማድረግና በማብራት እንደምንነካካ ማሰብ አያዳግትም፡፡

የአለም ሕብረተሰብ መቼ እዚህ ውስጥ እንደገባ ሳያውቀው በአለም ዙሪያ ለሚከናወነው የመረጃ ጎርፍ ራሱን ክፍት ሆኖ አግኝቶታል፡፡ ከዚህ ራሱን ካገኘበት አዲስ ሁኔታ ውጪ ደግሞ መኖር እንደማይችል የገባውና የባነነው ከጊዜ በኋላ ነው፡፡ ምን ለማለት እንደፈለኩ ለማወቅ ከፈለክ የሞባይል ስልክህን እቤት ረስተኸው የወጣህ ቀን የተሰማህን ስሜት አስታውስ፡፡ ወይም ደግሞ ሞባይል ተበላሽቶ ወይም ተሰርቆ ከሞባይል ውጪ በነበርክበት ጊዜ የተሰማህን "የመንጠልጠል" ስሜት አስብ፡፡

ምናልባትም ኢሜይልህን ሳታይ፣ የፌስቡክ መልእክቶችህን ሳትከፍፍት፣ በዚያም ውስጥ ያሉት የሰዎች መረጃዎች ልክ ስፖንጅ ውኃን እንደሚመጥጥ ወደ ውስጥህ ሳታስገባ ያሳለፍክባቸውን ሁኔታዎች አስብ። ሱስ!

ችግራችን እነዚህን ዘመን አመጣሽ መልካም ነገሮች መጠቀሙ ላይ አይደለም። ችግራችን ያለው መቼ ምን ማድረግ እንዳለብንና ገደቡ የቱ ጋር እንደሆነ ለመለየት አለመቻላችን ነው። መፍራት ያለብን ቴክኖሎጅውን አይደለም። መፍራት ያለብን ራሳችንን ነው። ካልነኩት የማይበራ፣ ካልሞሉት የማይሰራው በእጃችን ያለው መሳሪያ የሞሉትን መልሶ በመስጠትና የጠየቁትን በመትፋት ያገለግለናል። መጣል ወይም መቀየር ያለብን ይህን ብርቅና ድንቅ እቃ ሳይሆን ገደቡን ሳያውቅ የተለቀቀውንና የተሰረቀውን አመለካከታችንን ነው።

ዝርዝሩን ተመልከት፡- Email (ኢሜይል)፣ Facebook (ፋስቡክ)፣ Blog (ብሎግ)፣ Instant message (ፈጣን መልእክት)፣ Chat rooms (የመያያ መድረኮች)፣ Social networks (ማሕበራዊ መረቦች)፣ News and information feeds (የመረጃና የዜና ድህረ-ገጾች)፣ Mobile phones (የተንቀሳቃሽ ስልኮች)፣ 24 hour TV channels (የ24 ሰዓት የቴሌቪዥን ጣቢያዎች) … ሌሎችም። ከተዘረዘሩት ሁኔታዎች በተጨማሪ አያያዙ የጠፋብን ውብ የሆነው የአገራችንን ማሕበራዊ ትስስር የሚያቀርብልን የመረጃ ብዛት ቀላል አይደለም። በየቀኑ በስልክ የምንለዋወጣቸው፣ በየካፌው መሸገን በተቀመጥንበት ከሰዎች የምንቀበለው የሌሎች ሰዎች መረጃ የሚሰጠን መጨናነቅና መበታተን ቀላል አይደለም።

እንዲህ "ተሰክተን" እና "ተጥደን" እንድንውል የሚያደርጉንን መንስኤዎችና ተጽእኖዎች ጠቀስ ማድረጉ የግድ ነው።

1. ሱስ፡- ቀደም ሲል በሚገባ እንዳብራራነው፣ የአብዛኛው ሰው ከዘመኑ የመረጃ አቅርቦቶች ጋር ይህ ነው የማይባል ቁርኝት እንዲኖረው ያደረገው ሱሰኝነት ነው።

ብዙ ሰው አሁን ከለመደው የመረጃ መስመር ተለያይቶ ለአንድ ቀን እንኳ ማደር አይችልም፡፡

2. የስሜት ቀውስ፡- ይህ ቀውስ ተፈላጊነትንና ሰዎች ምላሽ ካልሰጡንና እንዳሰቡን ካላሳዩን የማይረካን ዝንባሌ ፈጥሮብናል፡፡ ሰዎች ወደ እኛ መልክእትን ሲልኩ "ፈልገውኛል" የሚልን ስውር ስሜት በውስጣችን ይፈጥራል፡፡ ከጥቂት ጊዜ በኋላ ቆጭ ብለን ይህንን ስሜት የሚሰጠውን የመልእክት "እጽ" ለመውሰድ እንጠብቃለን፡፡

3. ፍርሃት፡- ፍርሃት መልኩና ምንጩ ብዙ ነው፡፡ ከዘመን አመጣሹ አካሄድ ጋር ተራርቆ የመቅረት ፍርሃት፣ ሰዎች መልእክትን አስተላልፈውልን መልስን ሳይሰጡ የመቅረት ፍረሃት፣ ለደቂቃ በስልካችንና በሌላ መልኩ የሚመጡ መልእክቶች ካለፉን አንድ እድል ያመልጠናል የሚል ፍርሃት፡፡

እንግዲህ አሁን ያለንበት ደረጃ ለመድረስ አንድን እርምጃ ተራምደን እንደጀመርን ሁሉ አሁን ደግሞ ወደ ተሻለውና ወደ ሚዛናዊው አቅጣጫ ሌላን እርምጃ ለመውሰድ እንነሳ፡፡

የትኩረት ትርጉም

ምናባት በልጅነትህ እንደ እኔ በሶስት ነገሮች ተደስተህ አልፈህ ይሆናል፡፡ እነዚህ ነገሮች፣ ፀሐይ፣ አጉይ መስታወት (ሌንስ) እና ወረቀት ናቸው፡፡ አንድን አጉይ መስታወት (ሌንስ) በጸሃይና በወረቀት መካከል በማያዝ የጸሐዩን ጨረር ወደ ወረቀት ስናስተላልፈው ወረቀቱ የመቃጠሉንና ያለመቃጠሉን ጉዳይ የሚወስነው አንድ ነገር ብቻ ነው፤ በመስታወቱ ውስጥ የሚያልፈው የጨረር ሙቀት ሰፊና "ትኩረት" የጎደለው ከሆነ ወረቀቱን ከማሞቅ ያለፈ ተጽእኖ የለውም፡፡ የጸሐዩ ብርሃን ግን በትክክለኛው ርቀት ላይ ሆኖ የተሰበሰበና በአንዷት ጠባብ ቦታ ላይ ካተኮረ የግለቱ ሃይል ወረቀቱን በቶሎ ያቃጥለዋል፡፡ የትኩረት ኃይል!

"ትኩረት" የሚለው ሃሳብ በአጭሩና በቀላሉ ሲተረጎም፣ "ለመሆንና ለማድረግ የሚፈልጉትን ነገር ማወቅና በዚያ አቅጣጫ ላይ በማተኮር ለውጤት መገንባት" ማለት ነው፡፡ አንዳንድ ሰዎች በአጭር ጊዜ ውስጥ ብዙ የሚያከናውኑት፣ ሌሎች ደግሞ በዚያው የጊዜ ገደብ ውስጥ ምንም ሳይሰሩና ሲታገሉ የሚታዩት ለምንድን ነው? ብለን ስንጠይቅ በቶሎ ወደ ሃሳባችን የሚመጣው መልስ የትኩረት ጉዳይ እንደሆነ እሙን ነው፡፡ ምናልባት አሁን ከሚያከናውኑት ነገር የላቀና የበዛ ነገር ማከናወን እንደሚችሉ እያወቁት የያዛቸው ነገር ግን ምን እንደሆነ ግራ ከገባቸው ሰዎች መካከል ትሆን ይሆናል፡፡ ብዙ ወጥነህ ጥቂት ካከናወንክ፣ ብዙ አቅደህና ጀምረህ የቀጠልካቸው ነገሮች ግን ጥቂቶች ከሆኑ የትኩረት ችግር ሊኖርብህ ይችላል፡፡ የትኩረትን ትርጉም በሚገባ

በመገንዘብና በቀጣይ ገጾች ውስጥ በሰፈሩት እውነታዎች አንዳንድ ግንዛቤዎችን በመቅሰም ወደተሻለ ደረጃ አልፈህ ለመሄድ ትችላለህ፡፡

> ብዙ ወጥነህ ጥቂት ካከናወንክ፣ ብዙ አቅደህና ጀምረህ የቀጠልካቸው ነገሮች ግን ጥቂቶች ከሆኑ የትኩረት ችግር ሊኖርብህ ይችላል፡፡

በዚህ አለም ላይ የማይለካና የማይመዘን ነገር የለም፡፡ ትኩረት የሞላበት ሕይወት የመኖራችንን ሁኔታ ለመለካት ካስፈለገ ከዚህ በታች ከሰፈሩት ሃሳቦች አንጻር ራሳችንን መመልከት እንችላለን፡፡

ከየት ተነስቶ የት እንደሚደርሱ ማወቅ

ያለሁት የት ነው? ወዴትስ መድረስ እፈልጋለሁ? እዚያ ደረጃስ መድረስ የፈለኩት መቼ ነው? የሚሉትንና የመሳሰሉትን ጥያቄዎች በሚገባ አስቦበት የመለሰ ሰው ትኩረቱን በእነዚያ ነገሮች ላይ ለማድረግ የራሱን መንገድ የተጠረገ ሰው ነው፡፡ እንዲያውም ትኩረት የሚጀምረው እነዚህን ጥያቄዎች ከመመለስ ነው ብንል አንሳሳትም፡፡

በአንድ ጊዜ አንድ ነገር ላይ የማተኮር ብቃት

አንድ ሰው ያተኮረ የሕይወት ዘይቤን አዳብሯል ሲባል ከሚታይበት ምልክት አንዱ በአንድ ጊዜ አንድ ነገር ላይ የማተኮር ጥበብ ነው፡፡ በአንድ ጊዜ ከአንድና ከሁለት ነገር በላይ ለማከናወን የሚፈልግ ሰውና ከዚህም ከዚያም ሳይሆን የቀረ ወይም ደግሞ ሁሉንም ነካ ነካ አድርጎ በቅጡ ሳይሰራው ያለፈ ሰው የትኩረት ጉድለት እንዳለበት አመልካች ነው፡፡

የሚፈልጉትን ማወቅ

የትኩረት ምስጢር የገባው ሰው የሚፈልገውን የሚያውቅና በዚያ አቅጣጫ የሚገነባ ሰው ነው፡፡ የሚፈልገው ነገር ምን እንደሆነ በሚገባ ያላወቀና ያየውን ሁሉ ለመጨበጥ የሚሞክር ሰው የትኩረት ችግር እንዳለበት ያሳያል፡፡ የሚፈልጉትን ማወቅ ከሰፊውና አጠቃላይ ከሆነው የሕይወት ዓላማ በመጀመር ወደየእለት ኑሮ የሚወርድ ጉዳይ ነው፡፡

በአጣዳፊውና በአስፈላጊው መካከል መለየት

የየቀኑ ስምሪታችን ሁለት ነገሮችን ፊታችን ያቀርብልናል፡፡ አንደኛው፣ ለመሆንና ለማድረግ ከፈለግነው አላማ አንጻር አስፈላጊ የሆነውና የግድ መደረግ ያለበት ጉዳይ ሲሆን፣ ሌላኛው ደግሞ ብንተወው ወይም ብናዘገየው ብዙም ሊጎዳን የማይችል፣ እድል ከሰጠነው ግን ከዋናው አላማችን ሊያስተጓጉለን የሚችለው "የሚጮኸው" ጉዳይ ነው፡፡ የትኩረት ምስጢርን ማወቅ ይህንን እንድንለይ ይረዳናል፡፡

"እሺ" የሚሉትንና "እምቢ" የሚሉትን መለየት

ለተጠየቅነው ነገር ሁሉ፣ ለተከፈተልን እድል ሁሉ፣ ለመጣብን "ግዳጅ" ሁሉ ካለምንም ጥያቄ "እሺ" በማለት የምንቀበል ሰዎች ከሆንን በአስፈላጊውና በውጤታማው ነገር ላይ ለማተኮር ያስቸግረናል፡፡ የትኩረት ምስጢር የገባው ሰው ምንም እንኳን እንደ "ይሉኝታ" ያሉ አስቸጋሪ ልማዶች ቢጫኑትም "እሺ" በሚለውና "እምቢ" በሚለው ነገር መካከል በሚገባ የሚለይ ሰው ነው፡፡

"ሁሉን-በሁሉ" አለመሆናችንን ማወቅ

የዚህ ትኩረት ምስጢር ሰፊ ነው፡፡ ሁሉንም ነገር ላውቅ እንደማልችል አምኖ መቀበል፣ በሁሉም ቦታ መገኘት እንደማልችል መገንዘብ፣ የተመኘሁትና የወደድኩት ነገር ሁሉ ሊኖረኝ እንደማይችል ማወቅ፣ ሁሉም ሰው ሊቀበለኝ እንደማይችል አውቆ መረጋጋት ...

ዝርዝሩ ብዙ ነው:: በእንዲህ አይነቱ የሕይወት መስመር ውስጥ የገባ ሰው የትኩረትን እርምጃ በሚገባ ጀምሯል::

በሚያስፈልገንና በምንፈልገው ነገር መካከል መለየት

አንድ ወጣት መጫወትን በፈለገበት ጊዜ በወቅቱ ያለው አስፈላጊ ነገር ማጥናት ሊሆን ይችላል:: አንድ አዋቂ ገንዘቡን ለማውጣት የፈለገበት ነገር ከሚያስፈልገው ነገር የራቀ ሊሆንና ከትኩረቱ ሊያወጣው ይችላል:: እንደ እድሜ ደረጃችንና እንዳለንበት ሁኔታ ብዙ የምንመኛቸውና የምንፈልጋቸው ነገሮች አሉ:: ይህ ሁኔታ ግን በወቅቱ አስፈላጊ ከሆነው ጋር ሲታረቅ ትኩረት መስመሩን ይይዛል::

እያነሱ መሄድ

እያነሱ መሄድ ማለት የግንኙነት መረባችንና የእድል መስኮቶቻችን በበዙ መጠን ጥራት ያለው ውጤት በሚሰጠን ነገር ላይ ማተኮር ማለት ነው:: ለምሳሌ በመቶ የሚቆጠሩ ሰዎችን የሚያውቅ ሰው የሁሉም የቅርብ ወዳጅ በመሆንና ሁሉንም በመጠየቅ ማዳረስ ቢሞክር ለድካም ራሱን ያጋልጣል:: ለማድረግ የምትችላቸውን ነገሮች ሁሉ ለማድረግ አለመሞከር ታላቅ የትኩረት ምልክት ነው::

እንግዲህ ይህ ትኩረት የሚባል እውነት በየእለቱ ባለን ኑሮ ላይ ተግባራዊነቱና ተጽእኖው በግልጽ የሚታይና በቀላሉ ልንተረጉመው የምንችለው ነገር ነው:: የትኩረት መኖርና አለመኖር በስኬታማነታችን ላይ የሚያመጣውም ተጽእኖ ቀላል አይደለም:: አሁን የምንኖርባት ይህች አለም የደረሰችበት ይህ ዘመን በብዙ መረጃዎች የታጀበ፣ ማሰብ በፈለከው ነገር ላይ እንድታተኩር አፍታ የማይሰጥና በተለያዩ ቀልብን በሚስቡ ጉዳዮች መካከል እንድትዋልል የሚጋብዝ አቅርቦት በየሰከንዱ ወደአንተ የሚልክ ዘመን ነው:: ይህንን እውነታ ችላ ብትል፣ ከብዙ አመታት በኋላ ዘወር ብለህ “ምነው እንደዚህ ባልሆኑ” የምትላቸው ነገሮች ብዙ ሆነው ታገኛቸዋለህ::

ይህች አለም ብዙ አይነት ሰዎችን ተሸክማለች፡፡ ብዙ ነገር ጀምረው አንዱንም ሳይጨርሱ የሚባክኑ ሰዎች፣ ብዙ ሰርተውና ደክመው ምንም ሳያከናውኑ የሚያልፉ ሰዎች፣ የብዙ ወዳጆች ሆነው ከማንም ጋር ሳይዘልቁና ፍሬ ነገር ሳያደርጉ የሚባዝኑ ሰዎች፣ ብዙ ቦታ ሄደው አንዱም ጋር ሳይገኙ ወዲህና ወዲያ ገባ ወጣ የሚሉ ሰዎች ... ታሪኩ ብዙ ነው፡፡ ይህ የሆነበት ምክንያት ዘመኑ ትኩረታችንን የሚሻሙ ነገሮች የበዙበት ዘመን በመሆኑ ነው፡፡ የትኩረት ችግር ግን መድሃኒት ያልተገኘለት በሽታ አይደለም፡፡ መፍትሄ አለው፡፡

የትኩረት ሽሚያ

ከጥቂት አመታት በፊት አንድን የቴሌቪዥን ማስታወቂያ የተወሰኑ ደቂቃዎች እንዲፈጅ አድርገው ነበር የሚያቀናብሩት፡፡ አሁን ግን ሁኔታው ተለውጧል፡፡ አንድ ማስታወቂያ የተመልካቹን ቀልብ አጣድፎ ይዞና በጥቂት ሰከንዶች መልእክቱን አስተላልፎ ካላለፈ ትኩረትን አያገኝም፡፡ ተመልካቹ ወይ በሃሳብ ወደ ሌላ ነገር መዋዠቅ ይጀምራል ወይም ደግሞ ስልኩን አንስቶ መልእክቱን ሲቃኝ ይገኛል፡፡ ከምናወራው ሰው ጋር ተቀምጠን ስንነጋገር በየስንት ደቂቃው ስልካችንን እንደምንነካካና ኢሜይሎቻችንንና ፌስቡክ መልእክቶቻችንን ለመቃኘት እንደምንሞክር አስበው፡፡ መልእክቶቹን አሁን ካላየናቸው ወደ አየሩ ተንነው የሚጠፉና ደግመው የማይገኙ ይመስላል፡፡

> "በአሁን ጊዜ አንድን አለም አቀፍ ተነባቢነት ያለውን ጋዜጣ አንብበን የምናገኛቸው መረጃዎች ብዛት ከመቶ አመታት በፊት አንድ ሰው በአንድ አመት ከሚያገኛቸው መረጃዎች ይበዛል"

ከላይ ለመጥቀስ እንደሞከርነው ሃሳባችንን የሚወስዱና ትኩረታችንን የሚበታትኑ ጉዳዮች የበዙበት አለም ውስጥ ነው የምንኖረው፡፡ ይህንን እውነታ አስመልክቶ መሰረታዊ እውቀትን ማዳበር ለምንወስዳቸው የመፍትሄ እርምጃዎች እጅግ ወሳኝ ነው፡፡ ይህ ግንዛቤ ማንነታችንን አፈጣጠራችንን ማወቅን ይጠይቃል፡፡ በማንኛውም ሰዓት በዙሪያችን ለተከሰተ ነገር

ምላሽ ለመስጠት የተዘጋጀ ማንነት ነው ያለን፡፡ ይህንን ሁኔታ በዙሪያችን ያሉ ፍጥረታት ሁሉ ይጋሩታል፡፡ እነዚህን ሃሳባችንን ወይም ትኩረታችንን የሚስቡ ነገሮች በሁለት ከፍለን ልናያቸው እንችላለን፡፡ በአንድ ጎኑ "ስጋትን" የሚያሳድሩ ሁኔታዎች ሲኖሩ፣ በሌላ ጎኑ ደግሞ "ጉጉትን" የሚፈጥሩ ሁኔታዎች አሉ፡፡ በአንድ ነገር ላይ ሃሳቤን ጥዬ ሳለሁ በዙሪያዬ የምሰማው፣ የማየው ወይም የማሸትተው ነገር ከእነዚህ ከሁሉቱ ስሜቶች አንዱን ወደ ስሜቴ ያመጣሉ፡፡ ይህንን የጥሪ ሁኔታ "የትኩረት ሽሚያ" ብለን ልንጠራው እንችላለን፡፡ ለዚህ ድንገተኛ "ጥሪ" የምሰጠው ምላሽ እጅግ ወሳኝ ነው፡፡

በሌላ አባባል፣ ለምሳሌ፣ አሁን በሳሎን ቤቴ ተቀምጬ ይህንን ጽሑፍ የምጽፈው ከማለዳው አስራ አንድ ሰዓት ላይ ነው፡፡ በዚህ ሰዓት በጊቢዬ ሊሰሙ የሚችሉ የተለያዩ የለመድኳቸው ድምጾች አሉ፡፡ ከእነዚህ ከተለመዱ ድምጾች ውጪ የሆኑ ደግሞ ሌሎች እንግዳ ድምጾች አንዳንዴ ብቅ ይላሉ፡፡ ከእነዚህ እንግዳ ድምጾች መካከል አንዳንዶቹ ስጋትን የሚሳድሩብኝ ሌሎቹ ደግሞ ጉጉትን የሚፈጥሩልኝ ናቸው፡፡ ሌሊቱን በሙሉ ንቁ ሆነው ግቢዬን የሚጠብቁት ውሾቼ የሚያሰሙት ድምጽ፣ በውጪ የሚሰማ ለየት ያለ ድምጽና የመሳሰሉት ነገሮች ከጽሑፌ ቆም በማድረግ ሃሳቤን እንድጥልባቸው የማድረግ የትኩረት ሽሚያ ያደርጋሉ፡፡ በተቃራኒው ደግሞ፣ ለምሳሌ ስልኬ አዲስ የመጣን የኢሜል መልእክት ድምጽ ወይም የአጭር መልእክት (የቴክስት) ካሰማ ይህንን መልእክት ለማንበብ መጓጓት ስሜትን ይፈጥርብኝና ለማየት ከስራዬ ትኩረቴን አነሳለሁ፡፡ ይህ ሁኔታ ቀኑ ተጀምሮ እስከሚመሽና እስከምተኛ ድረስ የማያቋርጥ ሂደት ነው፡፡ አያያዙን በማወቅ ለጥቅሜ ካላዋልኩት በዚህኛውና በዚያኛው ሁኔታ እየተጎተትኩ ጊዜዬን ከማባከን ያለፈ ማንነት አይኖረኝም፡፡

የትኩረት ለውጥ ምላሽ

አንድ ፍጥረት በአካባቢው ያለው ሁኔታ ሲለወጥ ወይም የተለወጠ ሲመስለው ለዚያ ለውጥ የሚሰጠው ምላሽ "የትኩረት ለውጥ ምላሽ" (Orienting Reflex) ተብሎ ይጠራል፡፡ እንደተገለጸው፣ ይህ አዲስ ለውጥ ጉጉትን ወይም ስጋትን የሚያነሳሳ ሊሆን

ይችላል፡፡ ለዚህ ለውጥ ከሚሰጡት የተለመዱ ምላሾች መካከል ፊትን ወይም ሰውነትን ወደ ሁኔታው በማዞርና የአይን መከፈት (መፍጠት) ይገኙበታል፡፡ በፈረንጆቹ በ1863 ዓ.ም ይህንን ጥናታዊ እውነታ ለመጀመሪያ ወደ ሳይንሱ አለም ያስተዋወቀው የሩሲያዊው ስነ-ልቦና አዋቂ ኢቫን ሴቼኖቭ (Ivan Sechenov) ነው፡፡ ይህንን የትኩረት ለውጥ ምላሽ በቀላል ቋንቋ ሲያስቀምጡት፣ "ይህ ምንድን ነው?" ምላሽ (The "what is it?" reflex) ብለው ይጠሩታል፤ የተከሰተው አዲስ ነገር ምን እንደሆነ ለማወቅ የሚደረግ ምላሽ እንደሆነ ለመግለጽ፡፡ ከዚህም ጋር በማያያዝ አንድ ሰው ለተከሰተው አዲስ ነገር ምላሽ ከሰጠና ትኩረቱ ከተሳበ በኃላ ያንን ነገር ሊለምደው እንደሚችልና ያለው መጓጓት እንደሚቀንስ ይጠቁሙናል፡፡ ይህንንም ሁኔታ "መላመድ" (habituation) ይሉታል - አንድን ነገር በመልመድ "መደንዘዝ" እንደማለት ነው፡፡ http://psychology.wikia.com/wiki/Orienting_reflexes

የአእምሮ ጨዋታ

ለምሳሌ፣ የቴሌቪዥንን ማስታወቂያዎች (በተለይም የምእራባውያንን) እንደ ምሳሌ እንውሰድ፡፡ የምንከታተለውን ስርጭት አቋርጠው የሚለቋቸው ማስታወቂያዎች በአማካኝ በየአራት ሰከንዶች ምስሎችን ይቀያይራል፡፡ እነዚህ የምስል ቁርጥራጮች በሚመጥናቸው ድምጽ ታጅበው እየተፈራረቁ ሲመጡ ከላይ "የትኩረት ለውጥ ምላሽ" ብለን የጠቀስነውን ሁኔታ በየአራት ሰኮንዶቹ ይፈጥራሉ፡፡ በሌላ አባባል፣ አንዱን ነገር ተመልክተን ሳንጠግበውና ይህ "መላመድ" (Habituation) የተሰኘው ሁኔታ ሳይከሰትና ትኩረታችንን ወደ ሌላ ነገር ሳንወስደው ሌላ ምስል በማስከተል "ቀልባችንን" ያንጠለጥሉታል፡፡ የማስታወቂያ ስነ-ልቦና አጥኚዎች ይህንኑ ጥናት አድርገው ነው በአጭር ሰኮንዶች ውስጥ ወሳኝ የሆነን መልእክት በማስተላለፍ ከዚያ ሁኔታ ዘወር እንዳንል የሚያደርጉን፡፡ ከዚህ ስነ-ልቦናዊ ዘይቤ ስኬታማነት የተነሳ ነው የጥቂት ሰኮንዶች የማስታወቂያ ዋጋ እጅግ የናረው፡፡ ወደ እይታችን በድንገት ለሚመጡ ምስሎችና ሁኔታዎች ፈጣን ምላሽ የመስጠት ዝንባሌ ያለን ፍጥረቶች ነን፡፡ ይህ ሁኔታ

ከላይ ከተጠቀሰው ለአዲስ ነገር ካለን ጉጉትና ድንገት ከሚከሰት አደጋ ለመጠበቅ ካለን ጥንቃቄ ጋር የተያያዘ ነው። የትኩረት ብቃታቸው እጅግ አናሳ ነው የሚባሉ ሕጻናት እንኳን በአንድ የቴሌዚዥን ፕሮግራም ላይ አይናቸውን ተክለው ከአንድ ሰዓት በላይ የሚቆዩት ከዚሁ "የትኩረት ለውጥ ምላሽ" ከሚለው ሕግ የተነሳ ነው።

ግልጽ ትኩረት እና ስውር ትኩረት

አንድ ሃሳባችንን ወይም ትኩረታችንን የሚስብ ሁኔታ ሲከሰት በሁለት መልኩ ምላሽ እንሰጣለን። አንደኛው "ግልጽ" ትኩረት (Overt Attention) ነው። ይህ ማለት ለተከሰተው ነገር ፊትን በማዞር፣ አይንን በመትከልና በመሳሰሉት ግልጽ የሆኑ ምላሾች ትኩረታችን መሳቡን ስንገልጽ ነው። "ስውር" ትኩረት (Covert Attention) የሚባለው ደግሞ ምንም አይነት አካላዊ ወይም ግልጽ የሆነ ምላሽ ሳናሳይ ትኩረታችንን በወቅቱ ከምንሰራው ስራ በመከፈል በዚያ ነገር ላይ ስንጥል ነው። ለምሳሌ፣ አንድ ከዚህ በፊት ሰምተን የማናውቀውን ድምጽ ብንሰማ፣ ፊታችንን ድምጹ ወደመጣበት አካባቢ በማዞር ምን እንደሆነ የማወቅን ሙከራ ልናደርግ እንችላለን፤ ግልጽ ትኩረት (Overt Attention)። በተቃራኒው ምንም አይነት አካላዊ እንቅስቃሴ ሳናደርግ ድምጹ ምን እንደሆነ ለማወቅ ሃሳባችንንና ትኩረታችንን ልንጥልበት እንችላለን፤ ስውር ትኩረት (Covert Attention)። በእነዚህ ምላሾች መካከል የሚከሰተው የትኩረት መወሰድ ተጽእኖ ቀላል አይደለም። በሌላ አባባል፣ በእንደዚህ አይነት ሁኔታ "ጉጉት" ወይም "ስጋት" የተሞላ ምላሻችንን ካለማቋረጥ የሚጎተጉቱና የሚጠይቁ ሁኔታዎች በዙሪአችን ሞልተዋል። ይህንን ሁኔታ ማስቀረት ባንችልም፣ አያያዙን ግን በማወቅ መብሰል እንችላለን (ምንጭ፡-http://snicholspro.com/overt-and-covert-attention/)።

የመረጃ ጫና

ዘመኑ የመረጃ ዘመን ነው። በተለያዩ መስኮቶች ወደ እኛ የሚጎርፉት "ጥሬ" እና በብዙ መልኩ ሊመነዘሩ የሚችሉ መረጃዎች ብዛታቸው ከቁጥር በላይ ነው። አወቅነውም

አላወቅነውም፣ የእነዚህ መረጃዎች ብዛት በአእምሮአችን ላይ የሚያመጣው መጨናነቅ ይህ ነው አይባልም፡፡ ምናልባት አንድ አንድ አዋቂዎች በአሁን ጊዜ አንድን አለም አቀፍ ተነባቢነት ያለውን ጋዜጣ አንብበን የምናገኛቸው መረጃዎች ብዛት ከመቶ አመታት በፊት አንድ ሰው በአንድ አመት ከሚያገኛቸው መረጃዎች ይበዛሉ በማለት የሚናገሩትን ግምታዊ አባባል ሰምተህ ይሆናል፡፡ የቴሌቪዥኑ የ24 ሰዓት ምስልና ጩኸት፣ የኢንተርኔቱ መረጃ ውርጅብኝ፣ መግቢያና መሸሸጊያ ያሳጣን የሞባይል ስልኩ ጥሪ ... ጫናው ብዙ ነው፡፡ አንድ ሰው እንዳለው ነው፡- “የዘመኑ ኮምፒውተር ከሚያቃጥለው የኤሌክትሪክ ፍጆታ ይልቅ ይበልጥ የሚያቃጥለው የተጠቃሚውን የማተኮር ብቃት ነው”፡፡

መምረጥና ማቆየት

ትኩረት (Attention) የሚለው ሃሳብ አንድ ሰው ከቀረበለት መረጃዎች ወይም ደግሞ ለማድረግ ከፈለጋቸው ነገሮች መካከል በየትኛው ላይ ለማተኮር እንደፈለገና እንደወሰነ ወይም ወደየትኛው እንደተሳበ የሚያመለክት ጉዳይ ነው። ስለዚህም በተለያዩ ሕዋሳቶቻችን አማካኝነት ወደ እኛ ከሚመጡት ትኩረት ሳቢ ሁኔታዎች መካከል የበለጠ ላጓጓን፣ ለሳበን ወይም ላሳሰበን ሁኔታ ትኩረታችንን እንሰጣለን። ስለዚህም፣ በጥቅሉ ሲታይ ትኩረት በሁለት የሚከፈል ሂደት አለው። የመጀመሪያው፣ ትኩረት የምንሰጠውን ነገር የመምረጥ (Selective Attention) ሂደት ሲሆን፤ ሁለተኛው ደግሞ ትኩረት ለመስጠት የወሰንነው ነገር ላይ የመቆየት ብቃት (Sustained Attention) ነው። ሁኔታውን በትነን ካየነው ግን የትኩረት ክፍፍሉ ላይ ሁለት ሃሳቦችን መጨመር እንችላለን። እነሱም፣ ትኩረትን በመቀያየር በተለያዩ ስራዎች ላይ በየተራ የማተኮር (Alternating Attention) እና በአንድ ጊዜ ከአንድ ጊዜ በላይ ሁኔታ ላይ የማተኮር ሁኔታዎች (Divided Attention) ናቸው (ምንጭ፡- http://thepeakperformancecenter.com/educational-learning/learning/process/obtaining/types-of-attention/)።

ትኩረት የምንሰጠውን ነገር መምረጥ

ትኩረት የምንሰጠውን ነገር መምረጥ (Selective attention) ልንገነዘበው የሚገባ እጅግ ወሳኝ ጉዳይ ነው:: በምናያቸው፣ በምንሰማቸው፣ በምንዳስሳቸው፣ በምናሸታቸውና በምንቀምሳቸው ነገሮች አማካኝነት ካለማቋረጥ መረጃዎችና ሃሳባችንን የሚስቡ ነገሮች ወደ እኛ ይመጣሉ:: ለእነዚህ ወደ እኛ ለሚመጡ ነገሮች በሙሉ ትኩረትን መስጠት አስቸጋሪ ጉዳይ ነው:: ስለሆነም፣ በምን ላይ ለማተኮርና ሃሳባችንን ለመጣል የመወሰን እርምጃን ዘወትር እንወስዳለን:: ትኩረታችንን እንዲስብ የፈቀድንላቸው ነገሮች እጅግ ወሳኝ ጉዳዮች ስለሆኑ አመራረጣችንን በሚገባ ማጤን አለብን:: ለምሳሌ፣ አሁን ይህንን ጽሑፍ እየጻፍኩኝ ከተቀመጥኩበት ስፍራ ፊት ለፊት የሚገኙ ሁኔታዎችና በአካባቢዬ የሚከናወኑ ነገሮች ሁሉ ሃሳቤን እንድሰጣቸው ጥያቄ ያቀርባሉ:: በአካባቢው አልፎ አልፎ የተለያዩ ድምጾች ይሰሙኛል:: የተቀመጥኩበት ስፍራ የመመቸትና ያለመመቸት ሁኔታ፣ እንዲሁም ደግሞ የተለያዩ ስሜቶቼና ሃሳቦቼ ትኩረቴን የመሳብ ጥያቄ አላቸው:: እንግዲህ በእነዚህ ለምሳሌነት በጠቀስኳቸውና በሌሎችም ሁኔታዎች መካከል የመምረጥ ሃላፊነት አለብኝ::

> በጥቅሉ ሲታይ ትኩረት በሁለት የሚከፈል ሂደት አለው:: የመጀመሪያው፣ ትኩረት የምንሰጠውን ነገር የመምረጥ (Selective attention) ሂደት ሲሆን፣ ሁለተኛው ደግሞ ትኩረት ለመስጠት የወሰንነው ነገር ላይ የመቆየት ብቃት (Sustained attention) ነው::

ትኩረትን የመምረጥ ሁኔታ እጅግ ወሳኝ ከመሆኑ የተነሳ አንዳንድ ጊዜ የሞትና የሕይወት ጉዳይ ሊሆን ይችላል:: ለምሳሌ፣ መኪና እያሽከረከርኩኝ የሞባይል ስልኬ ቢጠራ ምርጫዬ ግልጽ ነው:: መንገዴ ላይ በማተኮር በጥንቃቄ ማሽከርከር ወይም ደግሞ ለሰከንድም ብትሆን ሃሳቤን በስልኩ ላይ በማድረግ ለማንሳት መሞከር:: መንገዴ

ላይ ከማተኮር ይልቅ ለሞባይል ጥሪ ምላሽ መስጠቴ ላይ ባተኩር፣ ምንም እንኳ "የአንድ ሰኮንድ ሽራፊ" ብትሆንም እንኳ ትኩረቴን በመውሰድ ለከባድ አደጋና ለሕይወት ማለፍ ምክንያት ልትሆን ትችላለች፡፡

ትኩረት ለመስጠት የወሰንነው ነገር ላይ መቆየት

ትኩረት ለመስጠት የወሰንነው ነገር ላይ መቆየት (Sustained attention) ሌላኛው አስፈላጊ ነጥብ ነው፡፡ አንድን ነገር አስፈላጊነትና ቀዳሚነት ካመንንበት በኋላ ለዚያ ነገር የሰጠነውን ትኩረት የማቆየት ጥበብ ሌላኛው አስፈላጊ ጉዳይ ነው፡፡ በአንድ ትኩረታችንን ለመስጠት በወሰንንበት አስፈላጊ ጉዳይ ላይ ውጤት እስኪሚገኝ ድረስ የመቆየት ጉዳይ ለስኬታማነታችን በጣም አስፈላጊ ነው፡፡ ለምሳሌ፣ የሕጻናት የትኩረት ብቃት በጣም አናሳ እንደሆነ የታወቀ ነው፡፡ የአንድ ሕጻን የትኩረት መጠን የሕጻኑ እድሜ በጨመረ ቁጥር ከሶስት እስከ አምስት ደቂቃዎች እየጨመረ እንደሚሄድ ይታመናል፡፡ ለምሳሌ፣ የሁለት አመት ሕጻን በአንድ ነገር ላይ ያለውን ትኩረት ከአምስት እስከ ስድስት ደቂቃ በላይ ማቆየት አይችልም፡፡ ይህ ሕጻን ሶስት አመት ሲሞላው ይህ ብቃቱ ወደ አስር ደቂቃ ሊያድግለት ይችላል ማለት ነው፡፡

በአለማችን ላይ የቴክኒዎሎጂ እየረቀቀ መሄድ፣ ሃሳባችንንና ትኩረታችንን የሚፈልገው ነገር እየበዛ መሄድና የዘመኑ የኑሮ ዘይቤ ፈጣንነት ተደማምረው ሰዎች ትኩረታቸውን በአንድ ነገር ላይ የማቆየታቸውን ብቃት እጅግ አናሳ እንዳደረገው ይታመናል፡፡ በሌላ አባባል፣ ሃሳባችንንና ትኩረታችንን የሚፈልጉ ሁኔታዎች እጅግ ብዙ ናቸው፡፡ ስለዚህም የመገናኛ ብዙሃን አቀናባሪዎች የተመልካች ቁጥርን ለመጨመር በሚያደርጉት ትግል ቀልባችንን ለመሳብ ምስሎችን በአጭር በአጭሩ ሸንሽነው በማቅረብ ረዘም ያለን ነገር የመታገስ ፍላጎታችንን (Appetite) ቀስ በቀስ ቀይረውታል፡፡

ግብ-ተኮር ትኩረት

ከላይ ከተጠቀሱት ትኩረትን መምረጥና በመረጡት ላይ መቆየት ከሚባሉት አስፈላጊ ሃሳቦች መካከል ሊጨመር የሚገባው ሌላ ገጽታ ይህ ግብ-ተኮር ትኩረት የምንለው ነው። ይህ አይነቱ የትኩረት አይነት አንድ በመጠባበቅ ላይ ያለነው ሁኔታ ሲከሰት እንዳያልፈን ሃሳባችንን ስንጥልበት የሚከሰት ሁኔታ ነው። ለምሳሌ፣ በአንድ ቦታ ለጉዳይ ሄደን የእኛ ጉዳይ ተራው የመድረሱን ሁኔታ ለመስማት ተቀምጠን ሳለን፣ ከሰዎች ጋር የደመቀ ጨዋታ ይዘንም ሆነ መጽሐፍ እያነበብን ድንገት ሊነገር በሚችለው ማሳሰቢያ ላይ ትኩረታችንን ልንጥል እንችላለን። ይህ ግብ-ተኮር ትኩረት አንድን ነገር እያደረግን በሌላኛው በድንገት ሊመጣ በሚችል አስፈላጊ ሁኔታ ላይ ትኩረታችንን ስንጥል የሚከሰት ሁኔታ ነው። ይህ ጥበብ አንድን ነገር ስንጠባበቅ ሳለን ስራ ፈቶች እንዳንሆንና ጊዜአችንን እንዳናባክን የሚረዳን ጉዳይ ነው (ምንጭ፦ http://www.scholarpedia.org/article/Attention)።

ትኩረት ሊሰጥ የሚገባውን ነገር የመምረጣችንን ሁኔታና በመረጥነው ትክክለኛ ነገር ላይ የመቆየታችንን ሁኔታ እንድናዳብር የሚረዳን ሌላ ተግባራዊ እርምጃ ሃሳባችንንና ትኩረታችንን በመውሰድ የሚያባክኑብንን ሁለት የብክነት ምንጮች መለየት ነው። እነዚህ "ብክነቶች" ወቅታዊ ብክነት እና ስሜታዊ ብክነት ብለን ልንጠራቸው እንችላለን።

ወቅታዊ ብክነት

አሁን ይህንን መጽሐፍ ስታነብ የተቀመጥክበት ወይም የቆምክበት ቦታ የመመቸቱና ያለመመቸቱን ሁኔታ አስበው። ወይም ደግሞ ምናልት በአካባቢህ ካሉት ሁኔታዎች በማየት፣ በመስማት፣ በማሽተት፣ በመንካትና በመቅመስ አማካኝነት ወደ አንተ ስለሚመጡ መልእክቶች አስብ። እነዚህ መረጃዎች በፍጹም ማቆሚያ የላቸውም። ስለዚህም በወቅቱ ትኩረት ልትሰጥበት ከምትፈልገው ሁኔታ ላይ ለጥቂት ሰኮንዶችም

ቢሆን ሃሳብህን እንድታነሳ የማድረግ ተጽእኖ አላቸው:: የትኩረትን ጥበብ ላላዳበረ ሰው የዚህ ተጽእኖ ጥርቅም ውጤቱ ቀላል አይደለም:: በትኩረት ብልሃት ልቆ ለመገኘትና ወደ ዘላቂ ስኬት ለመግባት ካስፈለገ እነዚህን በወቅቱ የሚነሱ የትኩረት ተሻሚ ሁኔታዎችን አያያዝ ማወቅ የግድ ነው::

ስሜታዊ ብክነት

ይህ ሁለተኛው አይነት የብክነት መንስኤ ከተለያዩ ስሜቶች የሚመነጭ ነው:: ለምሳሌ በቅርቡ በጣም ከሚወደው ሰው ጋር የተለያየ ሰው ቀድሞ በተረጋጋበት ጊዜ በትኩረት ሲሰራው ከነበረው ስራም ሆነ ከትምህርቱ የሚተጓጎልበት ምክንያት በስሜቱ ላይ ከመጣው ተጽእኖ የተነሳ ትኩረቱ ስለሚባክን ነው:: የዚህ አይነቱ የትኩረት ሽሚያ ጤናማ የሆነ የተፈጥሮ ክስተት ነው:: አንድ ስሜታችንን የጎዳው ጉዳይ ትኩረታችንን የሚስበው ለዚያ ነገር ትኩረት ልንሰጠው ስለሚገባ ነው:: ልዩነቱ ያለው ግን ስሜታችንን የሳበውን ክስተት በሚገባ ሁኔታ በመያዝና በቶሎ መፍትሄ በመፈለግ ወደዋናው ተግባራችን የመመለሳችን ሁኔታ ላይ ነው::

የትኩረት ጥያቄ

ያተኮረ የሕይወት ዘይቤን ማዳበር ዘርፈ-ብዙ በሆነው ሕይወታችን ውስጥ ሁሉ የሚገባ ጉዳይ ነው፡፡ ቀደም ብለን እንደተመለከትነው በትኩረት ምስጢር መብሰል አስፈላጊ ካልሆነው ነገር ላይ አይናችንን አንስተን ወደ አስፈላጊው ላይ እንድናዞር ይረዳናል፡፡ እንደዚህ አይነቱ የትኩረት ጎዳና የሚጀምረው አንድ ጥያቄ በመጠየቅ ነው፡፡ ይህንንም ጥያቄ "የአንድ ነገር ጥያቄ" ልንለው እንችላለን፡፡ ይህ የአንድ ነገር ጥያቄ ለብዙ ነገር መልስ የሆነውን የትኩረት እውነታን ሊያስተዋውቀን ይችላል፡፡ ይህ "የአንድ ነገር ጥያቄ" በተለያዩ ወሳኝ በሆኑ የሕይወት ዘርፎቻችን አቅጣጫ ሊጠየቅ የሚገባው ጥያቄ ነው፡፡

በየእለት ኑሮአችን ላይ ወሳኝነት ባላቸው ጉዳዮች ላይ ያለን ጥቅልና ጭፍን ምኞታችን የትም አያደርሰንም፡፡ በሌላ አባባል፣ እንዲሁ ስለ አንድ ነገር አስበን በጥቅሉ፣ "እንደዚህ ቢሆን ጥሩ ነበር" ብለን ስለተመኘን አንድ ደረጃ አንደርስም፡፡ አንድና ወሳኝ የሆነ ጥያቄ ላይ በማተኮር ለዚያ ጥያቄ መልስ ለማግኘት እርምጃን መውሰድ ከጊዜአዊው ወደ ዘላቂው፣ ከማይጠቅመው ደግሞ ወደሚጠቅመው ዘወር እንድንል ያግዘናል፡፡ ከዚህ በታች በተጠቀሱት ወሳኝ የየእለት ኑሮ ሁኔታዎች ዙሪያ "የአንድን ነገር ጥያቄ" በመጠየቅ ትኩረትህን የመሰብሰብ እርምጃ ለመውሰድ ሞክር፡፡

የጤንነት ጥያቄ

የጤንነት ሁኔታ ከአንዳንድ አደጋዎችና ከቁጥጥራችን ውጪ ከሆኑ ሁኔታዎች ጋር የሚገናኝባቸው ሁኔታዎች ቢኖሩም በአጠቃላይ ሲታይ ግን በየእለቱ ከምንወስዳቸው እርምጃዎች ጋር የተያያዘ ጉዳይ ነው፡፡ ይህንን ሁኔታ በቁጥጥር ስር ለማዋልና የተፈለገውን ውጤት ለማግኘት በጤንነት ላይ ወሳኝ ከሆኑ ሁኔታዎች አንጻር "የአንድን ነገር ጥያቄ" በመጠየቅ ትኩረትን ማስተካከል እጅግ ጠቃሚ ነው፡፡

በጤንነትህ ላይ ወሳኝ በሆኑት በሚከተሉት ሁኔታዎች ላይ "የአንድን ነገር ጥያቄ" ጠይቅ፡-

- የአመጋገብ ሁኔታዬን ለመለወጥ ማድረግ ያለብኝ አንድ ነገር ምንድን ነው?
- የአካል ብቃት ልምምድን (ስፖርት) እንድጀምርና እንዳላቋርጥ ማድረግ ያለብኝ አንድ ነገር ምንድን ነው?
- ውጥረትን፣ መጨናነቅንና የስሜት ቀውስን ለማስወገድ ማድረግ ያለብኝ አንድ ነገር ምንድን ነው?

በኢኮኖሚ የማደግ ጥያቄ

የኑሮአችን ሁኔታ ባለበት መቆም እንደሌለበትና በየእለቱ የአኗኗራችን ሁኔታ በጥራትም ሆነ በብዛት ማደግ እንዳለበት ሁላችንም የምንስማማበት እውነታ ነው፡፡ ይህንን ጉዳይ ግን ብዙ ሰዎች ከምኞት ባለፈ መልኩ ሲራመዱበት አይታዩም፡፡ አንድ ቀን ከእንቅልፋችን ስንነሳ የገንዘብ ብቃታችን ጨምሮ አንነሳም፡፡ በገንዘብ ብቃት የማደጋችንን ጉዳይ የሚወስኑ የተለያዩ ሁኔታዎች አሉ፡፡

የኢኮኖሚ ደረጃችንን ለማሳደግ ወሳኝ በሆኑት በሚከተሉት ሁኔታዎች ላይ "የአንድን ነገር ጥያቄ" ጠይቅ፡-

- አሁን ካለሁበት የትምህርት ደረጃ ወደሚቀጥለው ደረጃ ለማደግ ማድረግ ያለብኝ አንድ ነገር ምንድን ነው?
- አሁን የተሰማራሁበትን የስራ ወይም የንግድ ሁኔታ ወደተሻለ ደረጃ ለማድረስ ማድረግ ያለብኝ አንድ ነገር ምንድን ነው?
- አሁን ያለሁበትን የገቢ ምንጬን ለመጨመርና ወደተሻለ ደረጃ ለማድረስ ማድረግ ያለብኝ አንድ ነገር ምንድን ነው?

በማሕበራዊ ኑሮ የማደግ ጥያቄ

በሕይወት እስካለን ድረስ ልናመልጠው ከማንችላቸው የሕይወት ዘርፎች አንዱ ማሕበራዊ ኑሮ ነው፡፡ ይህ የሕይወት ዘርፍ ስኬታማ ሲሆን አብዛኛው የሕይወት ጥያቄዎቻችን መልስ ያገኛሉ፡፡ በማሕበራዊ ብልህነት ማደግ ከላይ በተጠቀሱት የጤንነትና የኢኮኖሚ ሁኔታችን ላይ ሳይቀር ይህ ነው የማይባል ተጽእኖ የሚያመጣ ጉዳይ ነው፡፡

በማሕበራዊ ኑሮ ለማደግ ወሳኝ በሆኑት በሚከተሉት ሁኔታዎች ላይ "የአንድን ነገር ጥያቄ" ጠይቅ፡-

- ከእጮኛዬ ወይም ከትዳር ጓደኛዬ ጋር ያለኝን ግንኙነት ለማሻሻል ማድረግ ያለብኝ አንድ ነገር ምንድን ነው?
- ከጓደኞቼ ወይም ከጎረቤቶቼ ጋር ያለኝን ግንኙነት ለማሻሻል ማድረግ ያለብኝ አንድ ነገር ምንድን ነው?
- ከወላጅ ቤተሰቦቼ ወይም ከትዳር ጓደኛዬ ቤተሰቦች ጋር ያለኝን ግንኙነት ለማሻሻል ማድረግ ያለብኝ አንድ ነገር ምንድን ነው?

የእውቀት ጥያቄ

ማንኛውም ሰው በጠቅላላ እውቀት የማደጉ ሁኔታ ላይ በማተኮር ሁለ-ገብ የሆኑና ለየእለት ኑሮው የሚጠቅሙ እውቀቶችን የማዳበሩ አስፈላጊነት አጠያያቂ አይደለም:: ከዚያ በተጨማሪ ግን በአንድ ዝንባሌዬ አቅጣጫ እውቀትን በማዳበር ልቄ ልገኝ ይገባኛል:: ይህ ጥያቄ ይህንና ያንን ባወኩኝ ከሚለው "የቀን ህልም" ወጥቼ ወደ አንድ የእውቀት መስመር እንድገባና እንድሻሻል የሚረዳኝ ጥያቄ ነው::

በእውቀት ለማደግ ወሳኝ በሆኑት በሚከተሉት ሁኔታዎች ላይ "የአንድን ነገር ጥያቄ" ጠይቅ:-

- አሁን በጥቂቱ የማውቀውና በበለጠ ሁኔታ ባዳብረው ሕይወቴን ሊያሻሽልልኝ የሚችል የእውቀት አይነት ምንድን ነው?
- ጀምሬ ያቋረጥኩት ትምህርት ምንድን ነው? እንዴትስ እንደገና ጀምሬ ወደ ፍጻሜ ላዘልቀው እችላለሁ?
- ከዚህ በፊት አዳብሬው የነበረና በፍጹም ስራ ላይ ያላዋልኩት እውቀት ምንድን ነው? እንዴትስ ተግባራዊ ማድረግ እችላለሁ?

የመረጋጋት ጥያቄ

በተለያዩ ጊዜያት እንዳንረጋጋና እንድንረበሽ የሚያደርጉን ገጠመኞች ወደ ሕይወታችን ብቅ ጥልቅ ማለታቸው የማይቀር የሕይወት ሂደት ነው:: ሆኖም ካለማቋረጥ የመረበሽ፣ ያለመረጋጋትና የመናወጥ ምክንያት የሆኑ ሁኔታዎች በህይወታችን "በቋሚነት" ሲገኙ አይቶ ዝም ማለት ሞኝነት ነው:: ሰላምና መረጋጋት ከስኬት ጋር ቀጥተኛ የሆነ ግንኙነት ስላለው ሊታሰብበት ይገባዋል::

መረጋጋቴን በሚወስኑና ወሳኝ በሆኑት በሚከተሉት ሁኔታዎች ላይ "የአንድን ነገር ጥያቄ" ጠይቅ:-

- ዘወትር ለመረበሽና ላለመረጋጋት ምክንያት የሆነኝ የማዘወትርበት ቦታ ምንድን ነው? እንዴት ከዚህ ቦታ መለየት እችላለሁ?
- ዘወትር ለመረበሽና ላለመረጋጋት ምክንያት የሆነኝ ዘወትር የማገኘው ሰው ማን ነው? ይህንን ሁኔታ ለማስተካከል መውሰድ ያለብኝ ጤናማ እርምጃ ምንድን ነው?
- በቀላሉ የሚረበሽ ዝንባሌ ካለኝ ይህንን ዝንባሌ ለማስተካከል ምን አይነት እርምጃ መውሰድ እችላለሁ? ማንስ ሊያግዘኝ ይችላል?

አንድና ወሳኝ የሆነ ጥያቄ ላይ በማተኮር ለዚያ ጥያቄ መልስ ለማግኘት እርምጃን መውሰድ ከጊዜአዊው ወደ ዘላቂው፣ ከማይጠቅመው ደግሞ ወደሚጠቅመው ዘወር እንድንል ያግዘናል፡፡

የትኩረት መዛባት አሉታዊ ውጤቶች

በዚህ አለም ላይ ውጤት የሌለው አንድም ተግባር የለም፡፡ የምንከተለው እያንዳንዱ የሕይወት ዘይቤ የራሱ የሆነ ውጤት አለው፡፡ ዛሬ የተዘራ ዘር ነገ እንደሚበቅል፣ እያንዳንዱ የሕይወት ዘይቤአችንና ልማዳችንም እንዲሁ ነው፡፡ ያተኮረ የሕይወት ዘይቤ አለመኖርም እንደዚሁ ቁጥራቸው በርካታ የሆነ ጉዳቶች አሉት፡፡ ለምሳሌ፣ ቀደም ብለን እንደጠቀስነው ትኩረት-የለሽና "የተበታተነ" ሰው ለማከናወን ብዙ ጊዜ የሚፈጅበትን ነገር በትኩረት ጥበብ ያደገ ሰው በአጭር ጊዜ ያከናውነዋል፡፡ ትኩረተ-ቢስ የአኗኗር ዘይቤ ከሚያስከትለው አሉታዊ ሁኔታ መካከል ከዚህ በታች የተጠቀሱ ዋና ዋናዎቹ ናቸው፡፡

የትኩረት መዛባትን አደገኛ ከሚያደርጉት ሁኔታዎች አንዱ ውጤቱን እጅ በእጅ አለማየታችን ነው፡፡ ብዙ ቦታ ተበታትነውና ይህንና ያንን ሲያደርጉ የኖሩ ሰዎች፣ በእነዚያ ደስ ብሎአቸውና "ቢዚ" ሆነው ባሳለፏቸው ጊዜያት ምንም ነገር ሳይገነቡ ማለፋቸው የሚታወቃቸው እድሉ ካመለጣቸው በኋላ ነው፡፡ ይህ አስከፊ ሁኔታ እንዳይደርስ ካስፈለገ የትኩረት ማጣትን አሉታዊ ተጽእኖዎች በማስተዋል የአቅጣጫ ለውጥ ማድረግ የግድ ነው፡፡

ትኩረትና ጀምሮ አለመጨረስ

አንድ ሰው የተበታተነ አሳብ ካለውና ከአንዱ ወደ አንዱ የሚዋልል ከሆነ ይህ የሕይወት ዘይቤው አንድን ነገር ጀምሮ እንዲጨርስ አይፈቅድለትም፡፡ በጀመረው ስራ ላይ ከማተኮር ይልቅ በየእለቱ እንደመጣው ጉዳይ ሃሳቡን ስለሚቀያይር በአንድ ነገር ላይ በመቆየት እስከጥጉ የማድረስ ብቃቱ አይኖረውም፡፡ እንዲህ አይነት ሰው ለስራ ወጥቶ በመንገድ ላይ ካገኘው ሰው ሁሉ ጋር ሻይ ተገባብዞ የሚውል ሰው ነው፡፡ ስለዚህም በየጎዳናው ላይ የሚደነቀሩት ገጠመኞች በቀላሉ ከመስመር ያስወጡታል፡፡ እንዲህ አይነት ችግር ያለበት ሰው አንድን የስራ ጊዜ ገደብ ያለመጠበቅ ችግር ሲያጠቃው ይታያል፡፡

> ብዙ ቦታ ተበታትነውና ይህንና ያንን ሲያደርጉ የኖሩ ሰዎች፣ በእነዚያ ደስ ብሎአቸውና "ቢዚ" ሆነው ባሳለፏቸው ጊዜያት ምንም ነገር ሳይገነቡ ማለፋቸው የሚታወቃቸው እድሉ ካመለጣቸው በኋላ ነው፡፡

ትኩረትና ወላዋይነት

አንድ ትኩረት የጎደለውን የዩኒቨርሲቲ ተማሪ እንደ ምሳሌ ብንወስድ፣ አንድን የትምህርት ዘርፍ መርጦ የተወሰነ ጊዜ ከተማረ በኋላ ሌላኛው የትምህርት ዘርፍ "እንደሚያበላ" ወይም ደስ የሚል እንደሆነ ሲሰማ ተገቢውን ጥናት ሳያደርግ ወደዚያ በቀላሉ የሚቀይር ከሆነ ራሱን ለችግር ያጋልጣል፡፡ በአስፈላጊው ጊዜ ትክክለኛ ለውጥ ማድረግ መልካም ሆኖ ሳለ፣ መነሻው የትኩረት ጉድለት ሲሆን ግን ውጤቱ ክስረት ነው፡፡ በአንድ ማከናወን በፈለገው አላማ ዙሪያ አስፈላጊውን ዝግጅት አድርጎና ተገቢውን ግብ አውጥቶ በዚያ ላይ "በመጣበቅ" ውጤት እስከሚያገኝ ለመቀጠል የሚፈልግ ሰው የትኩረትን ምስጢርና አስፈላጊነት ሊገነዘብ ይገባዋል፡፡

ትኩረትና ጥራት - የለሽ ጊዜ

ጥራት ያለው ጊዜ የምንለው በወቅቱ በተገኘንበት ሁኔታና ቦታ ላይ ትኩረትን መጣልና በወቅቱ ሁኔታ ውስጥ መገኘት ማለት ነው፡፡ ለምሳሌ፣ ሃሳቡ የተበታተነ ሰው አካሉ እቤት ከቤተሰቡ ጋር ሆኖ ሃሳቡ ግን እዚህና እዚያ ሊባክን ይችላል፡፡ በስራም ሆነ በመዝናኛ ቦታም እንዲሁ፡፡ ስለዚህም፣ አካሉ እዚህ ሆኖ ሃሳቡ ሌላ ቦታ ስለሆነ በሁለቱም ቦታ ጥራት ባለው መልኩ ሳይገኝ ጊዜውን ያሳልፋል፡፡ ትኩረት የሞላው የሕይወት ዘይቤ ባለንበት ቦታ በሙሉ ሃሳባችን ተገኝተን ጥራት ያላቸውን ጊዜያቶች (quality time) እንድናሳልፍ መንገዱን ይጠርግልናል፡፡

ትኩረትና አደጋ

ምሳሌ፡- በሰሜን አሜሪካ ከሚከሰቱት አደጋዎች መካል 25 በመቶው አደጋ መኪና እያሽከረከሩ አጭር መልእክቶች (ቴክስት) ከማድረግ ጋር የተያያዘ ነው፡፡ በዚህችው አገር ውስጥ እያሽከረከሩ ቴክስት በማድረግ ምክንያት በአመት 1.6 ሚሊየን አደጋዎች ይከሰታሉ፣ 330 ሺህ ሰዎች የአካል ጉዳተኞች ይሆናሉ፣ በየቀኑ 11 የሚሆኑ ወጣቶች ይሞታሉ፡፡ ከዚሁ ጋር የተያያዘ ጥናት እንደሚነግረን፣ እያሽከረከረ ቴክስት የሚያደርግ ሰው በስካር ሆኖ ከሚያሽከረክር ሰው ይልቅ 6 እጥፍ ለአደጋ ይጋለጣል፡፡ እንዲሁም፣ እያሽከረከሩ ቴክስት ማድረግ ለ5 ሰከንዶች ያህል አይንን ጨፍኖ እንደማሽከርከር እንደሆነ ጥናቱ ያረጋግጣል፡፡ ሃሳባችንን ባለንበት ቦታና ሁኔታ ካላደረግን ውጤቱ አስከፊ ነው (ምንጭ፡-https://www.edgarsnyder.com/car-accident/cause-of-accident/cell-phone/cell-phone-statistics.html)፡፡

ትኩረትና ተቀባይነት ማጣት

ትኩረት የሌለውንና የተበታተነን ሰው ማንም አይፈልገውም፡፡ አለቀ! እውነቱ ይህ ነው፡፡ ይህ ሁኔታ ደግሞ በቤተሰብ፣ በፍቅር ሕይወትም ሆነ በስራ መስክ የማይካድ እውነታ ነው፡፡ ተገቢውን ትኩረት ከአንዱ ወገን ባለማግኘት ምክንያት ብዙ የፍቅር ጎዳናዎች

ወደ ትዳር ሳይዘልቁ ፈርሰዋል፡፡ ለቤተሰባቸውና ለትዳራቸው ተገቢውን ትኩረት ባለመስጠታቸው ምክንያት በአመት ውስጥ ብዙ ሰዎች ኑሮአቸውን ያፈርሳሉ፡፡ ለተሰማሩበት የስራ መስክ በቂ ትኩረት ባለመስጠት ምክንያት በርካታ ሰዎች ከስራ ይሰናበታሉ፡፡ እውነታው አጭርና ግልጽ ነው፣ ሰዎች ትኩረትህ እንዳጡ ከተሰማቸው አንተንም እንዳጡህ ስለሚያምኑ ማሰናበቱ ይቀላቸዋል፡፡

ትኩረትና የገንዘብ ክስረት

አንድ የተበታተነ የሕይወት ዘይቤ ያለው ሰው፣ ትኩረቱን በተለያዩ ሁኔታዎች ስለሚያሰርቅና ጊዜውን ስለሚያባክን በገቢው ምንጭ ላይ እንኳን ሳይቀር ተጽእኖውን ያየዋል፡፡ ብዙ ሰዎች ትኩረት የጎደለው የአኗኗር ዘይቤአቸው ከሚበላባቸው ጊዜ የተነሳ የሚከፍሉት በገንዘብ እንደሆነ አያስቡትም፡፡

ከዚህ በታች ያለውን ሰንጠረዥ በማጤን የገቢ ምንጭህ ስንት እንደሆነ አስብ፡፡ የአንተን የገቢ ምንጭ የሚገልጽ የገንዘብ መጠን ካላገኘህ በሰንጠረዡ መጨረሻ በተውኩልህ ክፍት ቦታ አንተን የሚወክለውን መጠን ጨምርና ሂሳቡን ስራው፡፡ ትኩረት የሞላው የሕይወትን ዘይቤ ባለማዳበርህ ምክንያት የምታባክናት አምስት ደቂቃ በገንዘብ ስትተመን ምን ያህል እንደ ሆነ አስብ፡፡ በአንድ ቀን ያን ያህል ገንዘብ ካባከንክ፣ ያንን መጠን በ265 ቀናት በማባዛት አመቱ መጨረሻ ላይ ያለብህን ክስረት ማሰብ ትችላለህ፡፡

> "እያሽከረከረ ቴክስት የሚያደርግ ሰው በስካር ሆኖ ከሚያሽከረክር ሰው ይልቅ 6 እጥፍ ለአደጋ ይጋለጣል፡፡ እንዲሁም፣ እያሽከረከሩ ቴክስት ማድረግ ለ5 ሰከንዶች ያህል አይንን ጨፍኖ እንደማሽከርከር ነው"

የወር ገቢ	የሰዓት ገቢ	አምስት ደቂቃ በገንዘብ ስትተመን
1 ሺ. ብር	6.25 ብር	0.52 ሳንቲም
3 ሺ. ብር	18.75 ብር	1.56 ብር
5 ሺ. ብር	31.25 ብር	2.60 ብር
7 ሺ. ብር	43.75 ብር	4.65 ብር
10 ሺ. ብር	62.50 ብር	5.20 ብር
12 ሺ. ብር	75 ብር	6.25 ብር
15 ሺ. ብር	93.75 ብር	7.81 ብር
20 ሺ. ብር	125 ብር	10.41 ብር

ትኩረትና ሚዛናዊነት

ቀደም ብለን ጠቀስ አድርገን እንዳለፍነው ያለንበት ዘመን በብዙ ገጠመኞችና ክስተቶች የተሞላች አለም ነች። በየቀኑ፣ በየሳምንቱ፣ በየወሩም ሆነ በየአመቱ የኑሮአችን ሂደት ወደ እኛ የሚያቀርበውን ነገር ሁሉ ዝም ብለን "ቀድሞ በመጣ" በማስተናገድ መኖር አንችልም። የትኛው ይቅደም? የትኛውስ ይከተል? የትኛውን ደግሞ ልተወው? የሚሉትን አስፈላጊ ጥያቄዎች በመጠየቅና በመመለስ ከትኩረት ላለመውጣት ጥረት ማድረግ ያስፈልጋል።

እነዚህን ጥያቄዎች ለራሱ የሚጠይቅ ሰው ብዙም ሳይቆይ የሕይወት ሂደቱ ሁለት ነገሮችን በፊቱ እንደሚያቀርብለት ይመለከታል። በአንድ ጎኑ "ግዴታዎቻችን" እና "ውዴታዎቻችን" የማወቅ ሁኔታ ሲሆን፣ በሌላ ጎኑ ደግሞ "የምንይዛቸውን" እና "የምንለቃቸውን" ሁኔታዎች የመለየት ጥበብ ነው።

"ግዴታዎቻችን" እና "ውዴታዎቻችን"

በአንደኛ ደረጃ፣ "ግዴታዎቻችን" ብለን የምንጠራቸው ቀዳሚና ትኩረት ልንሰጥባቸው የሚገቡን ጉዳዮች ሲኖሩ፣ በሌላ ጎኑ ደግሞ "ውዴታዎቻችን" የምንላቸው ጊዜ ሲገኝ ትኩረት የሚሰጣቸው ሁኔታዎች አሉ።

“ግዴታዎቻችን”፡- “ግዴታዎቻችን” ብለን የምንጠራቸው ጉዳዮች በሕይወታችን ወሳኝ የሆኑና የግድ ትኩረት ልንሰጣቸው የሚገቡን ሁታዎች ናቸው፡፡ በሌላ አባባል፣ በየቀኑና በየጊዜው በሚከሰቱት የሕይወት ገጠመኞች በቀላሉ ከትኩታችን ሳንወጣ የግድ ልናከናውናቸው የሚገቡን ጉዳዮችና ሃላፊነቶች ናቸው፡፡ ለሕልውናችንም ሆነ ለእድገታችን ወሳኝ የሆኑት እነዚህ “ግዴታዎቻችን” ብለን የጠራናቸው ሁታዎች ለማከናወን የግድ ጊዜ ልንመድብላቸው የሚገቡንና ትረታችንን ልንጥልባቸው የሚገቡ ሃላፊነቶቻችን ናቸው፡፡ እነዚህ ጉዳዮች የግድ ማድረግ የሚገቡን ስለሆኑ “ግዴታዎቻችን” ብለን እንጠራቸዋለን፡፡

“ውዴታዎቻችን”፡- አንድ ሰው ትኩረቱን “በግዴታዎቹ” ላይ ከጣለና ተገቢውን ነገር ካደረገ በኋላ “ውዴታዎቻችን” ብለን ወደሰየምናቸው ሁኔታዎች መዞር ይችላል፡፡ እነዚህ “ውዴታዎቻችን” ብለን የምንጠራቸው ሁኔታዎች “ግዴታዎቻችን” ላይ ካተኮርን በኋላ እና ሃላፊነቶቻችንን ከተወጣን በኋላ በፈቃዳችንና ጊዜ ስላለን የምናከናውናቸው ሁኔታዎች ናቸው፡፡ “ውዴታዎቻችን” የምንላቸው ሁኔታዎች በየእለቱ በመንገዳችን ላይ የሚመጡ እድሎችና ገጠመኞች ሲሆኑ፣ በዋናውና የግድ መደረግ ካለባቸው ጉዳዮች መካከል የማይካተቱ ናቸው፡፡ ብናደርጋቸውም ሆነ ብንተዋቸው አጉል ተጽእኖ ስለማያመጡ ጊዜ ሲገኝ ትኩረት የሚሰጣቸው ሁኔታዎች ናቸው፡፡

“የምንይዛቸው” እና “የምንለቃቸው”

በ“ግዴታዎቻችን” እና በ“ውዴታዎቻችን” መካከል የመለየት ጥበብን አዳብረን እንኳ ትኩረታችንን የሚፈልጉ “ግዴታዎቻችን” እጅግ ብዙ ሊሆኑና ጫና ሊበዛብን ይችላል፡፡ ስለሆነም፣ ትኩረታችንን ሰብስበን በዋናው ነገር ላይ እንድናተኩር ልናዳብር

> በየቀኑ፣ በየሳምንቱ፣ በየወሩም ሆነ በየአመቱ የኑሮአችን ሂደት ወደ እኛ የሚያቀርበውን ነገር ሁሉ ዝም ብለን “ቀድሞ በመጣ” በማስተናገድ መኖር አንችልም፡፡

ከሚገባን ብቃት አንዱ የማፈራረቅ ብቃት ነው፡፡ ለምሳሌ፣ አንዳንድ ሰዎች ከ5 እና ከ10 ያላነሱ ትንንሽ ኳሶችን በእጃቸውና በአየር መካከል በማፈራረቅ እየወረወሩና እየቀለቡ ማስተናገድ ይችላሉ፡፡ አያንዳንዱን ኳሶች እንደ ሕይወት አደራና ተግባር ብንመስላቸው፣ አንዱን ኳስ ከሌላኛው ጋር በማፈራረቅና ተራ በማስያዝ ያዝ ለቀቅ የማድረግ ጥበብ ወሳኝ ነው፡፡ በዚህ ኳሶቹ ሁሉ ለዋነኛው የማፈራረቅ ትእይንትና ተግባር አስፈላጊ በሆኑበት ተግባር ላይ የሚከተሉት እውነታዎች የማይለወጡ ናቸው፡፡ እነዚህን ኳሶች የየእለት ተግባራችን ናቸው ብለን ብንሰይማቸው ሂደቱን በሚከተለው መልክ ማየት እንችላለን፡፡

በጊዜው በእጃችን ላይ ላለው ተግባር ትኩረት መስጠት

ለምሳሌ፣ ማታ እቤቴ ስገባ ቤተሰብ የሚባል "ኳስ" እጄ ላይ ገብቷል፡፡ ጓደኝነት የተሰኘው "ኳስ" ደግሞ አየር ላይ (ውጪ) ነው ያለው፡፡ እቤት ገብቼ ቤተሰብ የተሰኘውን "ኳስ" ስጨብጥ በውጪ ትቼው መምጣት ያለብኝን የጓደኝነት "ኳስ" አብሬ ከያዝኩ ሚዛን ይዛባል፡፡ በተመሳሳይ ሁኔታ ሰዎች በስራ ቦታ ጨዋታን፣ በጨዋታ ስፍራ ደግሞ ስራን በመደባለቅ ፈረቃ መያዝ ያለባቸውን ጉዳዮች ያምታታሉ፡፡

የተለቀቁት ተግባሮች አንድ በአንድ እንደሚመለሱ ማስታወስ

ለምሳሌ፣ በስራ ቦታ ሆኜ ስራ የተሰኘውን "ኳስ" በእጄ ሳስገባ፣ በቤት የተውኩት የቤተሰቤ "ኳስ" ለጊዜው በአየር ላይ ቢሆንም እንኳ ተመልሶ መምጣቱና ያዘኝ ማለቱ እንደማይቀር ማሰብ አለብኝ፡፡ ምንም እንኳ ለጊዜው የቤተሰብን "ኳስ" ለቀቅ አድርጌው ትኩረቴ ሁሉ ስራ በተሰኘው "ኳስ" ላይ ቢሆንም፣ የቤተሰብ ሃላፊነት ጉዳይ ከውስጠ-ህሊናዬ ሊጠፋ አይችልም፡፡ ተመልሶ መምጣቱ አይቀርምና፡፡

በእጅ ያለው ተግባር ሊለቀቅ የሚገባበት ሰዓት እንዳለ አለመዘንጋት

ለምሳሌ፣ ከስራ ነጻ በሆንኩባቸው ቀናት የነበረኝን የእረፍትም ሆነ የጨዋታና የማህበራዊ ጊዜ በሚገባ ብደሰትበትም እንኳ እሁድ ደርሶ ሰኞን ሲጋብዝ እኔም ሰኞ ይዞ ለሚመጣው ሃላፊነት ለመዘጋጀት በእረፍት ጊዜ በእጄ የገቡትን "ኳሶች" ለመልቀቅና የነገን "ኳስ" (ስራ) ለመያዝ መዘጋጀት የግድ ነው:: ይህ ጥበብ ለጊዜው ታላቅ ትጋትን የሚጠይቅና አድካሚ ቢመስልም እንኳ ከተለመደ በኋላ ፍሬያማ ያደርጋል::

የተለቀቀውን ተግባር ትቶ በተመለሰውን ተግባር ላይ ማተኮር

ለምሳሌ፣ ከአድካሚና ከፈታኝ የስራ ቀን በኋላ እቤቱ ገብቶ ያረፈና በመጨረሻም ወደ መኝታ የሚሄድ ሰው በስራ ቦታ ያልተሳኩትንና ፈታኝ የነበሩትን ሁኔታዎች ማውጠንጠን ሊቀናው ይችላል:: በሌላ አባባል በአካል ከስራ መስኩ ቢለይም እንኳ በሃሳቡ የስራውን "ኳስ" እንደያዘው ነው:: መሆን ያለበት ግን አሁን እረፍት የተሰኘውን "ኳስ" ማስተናገድና ሙሉ ማንነትን መስጠት ነው - እረፍትና እንቅልፍ የሕይወት ግዴታዎቻችን ናቸውና:: በእጃችን ላይ ለገባው ተግባር ያለንን ሁሉ ትኩረት ሰጥተነው በሚገባ ከተገበርነው፣ ተራው ደርሶ ለመጣው አዲስ ተግባር ትኩረትን የመስጠት ድፍረት ይሰጠናል::

የአንዱ ተግባር መዛባት ሌሎችንም ተግባሮች እንደሚነካ ማስታወስ

ለምሳሌ፣ የእንቅልፍና የእረፍት ጊዜውን ካለአግባብ የሚጠቀምና ጠዋት ተነስቶ የስራ "ኳሱን" ማስተናገድ ሲገባው በመስነፍ ከስራ የማርፈድና የመቅረት አጉል ልማድ ያለበት ሰው፣ የስራን "ኳስ" በመጣሉ ምክንያት ሌሎቹንም "ኳሶች" የመጣል እድሉ የሰፋ ነው:: ከስራ ማርፈድና መቅረት የሚያስከትለው ከስራ የመባረር ሁኔታ የስራ "ኳስን" ከማስጣሉ ባሻገር፣ የስራ እጦነት የሚያስከትለው የገንዘብ እጥረት ደግሞ የቤተሰቡን ሁኔታ ያናጋዋል:: ይህ ሁኔታ የሚያስከትለው የእረፍት ማጣት ተጽእኖ ቀድሞውኑ አልለቅ ያለውን እንቅልፉን ሳይቀር ያስጥለዋል:: ይህንን ዑደት መስበር የግድ ነው::

የትኩረት ተግባራዊ እርምጃዎች

ትኩረት የውሳኔን እርምጃ የሚጠይቅ ጉዳይ ነው፡፡ ባለንበት ሆነን ለመገኘትና በአስፈላጊው ነገር ላይ ለማተኮር የሚጠቅመንን እርምጃ ለመውሰድ መወሰን የግድ ነው፡፡ ለምሳሌ፣ መጽሐፍ የሚያነብብ አንድ ሰው ትኩረቱ በአማካኝ ከ20 እስከ 40 በመቶ ጊዜ በወቅቱ ከሚያነበው ሃሳብ ላይ ይነሳል ይባላል፡፡ በሌላ አባባል፣ ከአንድ ሰዓት የንባብ ጊዜ ውስጥ በአማካኝ ከ12 እስከ 24 ደቂቃዎቹ ትኩረት ሰራቂ በሆኑ ሁኔታዎች ይባክኑበታል እንደማለት ነው፡፡ ከዚህም በተጨማሪ፣ በአማካኝ ሰው በየስምንት ደቂቃው ትኩረቱን ከዋናው ተግባሩ ላይ የሚሰርቅና የሚያቋርጥ ነገር ይገጥመዋል፡፡ ይህ ማለት በአንድ የስራ ቀን ውስጥ ከ50 እስከ 60 ጊዜ ማለት ነው፡፡ እነዚህ ትኩረት አባካኞች በአማካኝ በአንድ ጊዜ ቢያንስ አምስት ደቂቃ ይወስዳሉ፡፡ ሂሳቡን ከሰራነው በቀን ውስጥ ያለን የስምንት ሰዓት የስራ ጊዜ በእነዚህ በሚያቋርጡን ነገሮች ይባክናል፡፡ ከሚያቋርጡን ነገሮች 80 በመቶው ብዙም ዋጋ ሊሰጣቸው የማይገባቸው ጉዳዮች ናቸው፡፡ አንድ ነገር ትኩረታችንን ከሰጠንለት ስራ ካቋረጠን በኋላ እንደገና ወደ ትኩረታችን ለመመለስ ከ10 እስከ 15 ደቂቃዎች ይፈጅብናል፣ ይላሉ አዋቂዎቹ፡፡ ለምሳሌ፣ በቀን ውስጥ 4 ጊዜ ትኩረታችንን የሚያቋርጥ ነገር ካጋጠመን አንድ ሰዓት የትኩረት ጊዜ ባከነ ማለት ነው (ምንጭ፡- https://blog.bufferapp.com/the-science-of-focus-and-how-to-improve-your-attention-span)፡፡

ከላይ የጠቀስናቸው ጥናታዊ እውነታዎች የትኩረትን አስፈላጊነት ከመጠቆማቸው ባሻገር የትኩረትን ዘይቤ ለማዳበር አስቸጋሪነትም ጭምር ያመላክቱናል፡፡ ስለሆነም፣ ትኩረትንና ሃሳብን በመሰብሰብ ዙሪያ የተገነዘብናቸውን እውነታዎች በማጠራቀም ወደ እርምጃና ወደ ውጤት-ተኮር እንቅስቃሴ መግባት ይኖርብናል፡፡ የትኩረትን ጥበብ ለማዳበር ከሁሉ በፊት የሚከተሉትን መሰረታዊ እርምጃዎን መውሰድ ይኖርብናል፡፡

ትኩረትና ጊዜ

ይህ ትኩረት በማለት እየተነጋገርንበት ያለነው ሃሳብ ከጊዜ አጠቃቀም ልማዳችን ጋር እጅግ ጠንካራ የሆነ ትስስር አለው፡፡ ጊዜውን በአግባቡ የመጠቀምን ብልሃት ያላዳበረ ሰው ትኩረቱም የተበታተነ እንደሆነ አመልካች ነው፡፡ ስለዚህ የትኩረትን ጥበብ በማዳበሪያው ጉዞአችን ሂደት ውስጥ ጊዜአችን ሁሉ ወዴት እንደሚሄድና በምን ላይ እንደምናውለው ለይተን ማወቅ የግድ ነው፡፡ ልክ አንድ የሂሳብ ሰራተኛ የገንዘብ ሂሳብን ሰርቶ እያንዳንዷ ሳንቲም ምን ላይ እንደዋለች እንደሚያረጋግጥ በቀን ውስጥ ባለን የ24 ሰዓት ጊዜ ውስጥ የሚገኙት እያንዳንዳቸው ደቂቃዎች በዚህ መልኩ ማጤን ተገቢ ነው፡፡

ትኩረትና የተግባር ለውጥ

ይህንን "የጊዜ ቆጠራ" እርምጃ መውሰድ የጀመረ ሰው ብዙም ሳይቆይ ጊዜውን የሚያባክኑበትን ሁኔታዎች መለየት ይጀምራል፡፡ የጊዜ ቆጠራን በማድረግ ጊዜዬ የት እንደሚሄድ ካወኩና ካዋቀርኩ በኋላ ሊከተል የሚገባው ጊዜን የሚያባክኑ ተግዳሮቶችን የመለየት ሁኔታ ነው፡፡ በየመካከሉ ጣልቃ እየገቡ ከዋናው ተግባሬ ላይ ትኩረቴን የሚወስዱትን ጉዳዮች መለየት አስፈላጊ ነው፡፡ እነዚህ ጊዜ አባካኞች ከተለዩ በኋላ መጠረግ አለባቸው፡፡ ሂደቱ ግን እዚህ ላይ ብቻ አያበቃም፡፡ ጊዜ አባካኝ ተግባሮችን ለይተን ካወጣን በኋላ በፍሬአማና ትኩረታችንን ልንጥልባቸው በሚገቡን ተግባሮች ወዲያው መቀየር አለባቸው፡፡

ትኩረትና ራእይ

ራእይ ማለት አቅጣጫችንን የሚወስነው የሕይወታችን ትልቁ ስእል ማለት ነው፡፡ ይህ ትልቅ ስእል ወይም ራእይ ለማከናወን የፈለግነውን ወይም ደግሞ ራሳችንን ሆነን ለማየት የምንፈልገው ዋነኛ የራእያችን ስእል ነው፡፡ ይህንን ስእል ካለማቋረጥ በሃሳብህ በመያዝ በሚኖረን ማንኛውም እንቅስቃሴ ከትኩረታችን ያለመውጣታችንን ሁኔታ ለመመዘን የምትጠቀምበት ነጥብ ሊሆን ይገባዋል፡፡ ይህ ማለት፣ የየእለት ተግባራችን በሕይወታችን ካስቀመጥነው ከትልቁ ስእል ጋር ሊቃኝ ይገባዋል ማለት ነው፡፡ በሌላ አባባል፣ የቀንህን፣ የሳምንትህን፣ የወርህንና የአመትህን እቅድ ከአጠቃላይ የራእይህ አቅጣጫ አንጻር የተቃኘ መሆኑን እርግጠኛ ሁን፡፡

ትኩረትና የጊዜ ገደብ

አንድ ሰው የሚያደርገውን ካወቀና ትኩረቱን ሊጥልበት የሚገባውን ሁኔታ በሚገባ ከተገነዘበ በኋላ ለሚያቅደው ለማንኛውም ተግባር የጊዜ ገደብ ሊወስንለት ይገባል፡፡ ማንኛውም ትኩረት ሊሰጠው የሚገባ ተግባር የጊዜ ገደብ ካልተወሰነለትና በዚያ በተሰጠው የጊዜ ገደብ ካልተከናወነ አሉታዊ ተጽእኖ እንዳለው ማወቅ ተገቢ ነው፡፡ ለአንድ ተግባር የጊዜ ገደብን በማውጣት ከዚያ የጊዜ ገደብ አንጻር መተግበር የትኩረት ልማድን እንድናዳብር ያግዘናል፡፡ አለዚያ ያወጣነውን ግብ ገና እንደጀመርነው ሌላ ጉዳይ ይመጣና ሃሳባችንን ስለሚወስደው ብዙ ተጀምረው ያልተጨረሱ ስራዎችን እናጠራቅማለን፡፡

ትኩረትና ግምገማ

የትኩረትን ጉዳይ በቁም ነገር የወሰደ ሰው ካለማቋረጥ ራሱን የሚመለከትና ውጤቱን የሚገመግም ሰው ነው፡፡ ይህ ግምገማ የሚጀምረው ትክክለኛን ጥያቄ ከመጠየቅ ነው፡፡ እንዲህ አይነቱ ሰው በየቀኑ መጀመሪያ ላይ ይህን ጥያቄ ይጠይቃል፣ “ዛሬ ማከናወን ያለብኝ ነገር ምንድን ነው?” እንዲሁም ደግሞ በቀኑ መጨረሻ ላይ ሌላ ተጨማሪ ጥያቄ

ሳይጠይቅ ቀኑን አይደመድምም፡፡ ይህ ጥያቄ እንዲህ የሚል ነው፣ “ዛሬ ማከናወን የነበረብኝን ነገር አከናውኛለሁ?” እነዚህን ጥያቄዎች የሕይወትህ ክፍል አድርገህ ብትለምዳቸውና መልስ ሳታገኝላቸው ካላለፍክ ከትኩረትህ እንዳትወጣ ያደርጉሃል፡፡

ትኩረትና የውጪ ድጋፍ

የትኩረትን ጥበብ ለማዳበር አቅምና እውቀት በሚያጥረን ነገር ላይ ድጋፍን መጠየቅ የግድ የሚሆንበት ጊዜ አለ፡፡ አንዳንድ ጊዜ ማድረግ የሚገባንን ሁሉ ለማስታወስና በዚያ ላይ ለማተኮር ብቃቱ ላይኖረን ይችላል፡፡ ሃሳቦቻችን፣ እድሎቻችንና ሃላፊነቶቻችን እየበዙ ሲሄዱ አእምሮአችን ድጋፍን ይፈልጋል፡፡ አንዳንዱን ድጋፍ የምናገኘው ከሰዎች በምናገኘው ምክርና እርዳታ ሲሆን ሌላው ድጋፍ ደግሞ እንደ ማስታወሻ መያዝና የመሳሰሉትን ሁኔታዎች ከመጠቀም የሚመጣ እርዳታ ነው፡፡ በአጭሩ፣ ከትኩረታችን እንዳንወጣ ሊረዱን የሚችሉ ሁኔታዎችን ሁሉ መጠቀም አለብን፡፡

ትኩረትና ቁርጠኝነት

ትኩረት ቁርጠኝነትን (Determination) ይጠይቃል፡፡ የቁርጠኝነት አንዱ ገጽታ፣ “እምቢ” ማለት ለሚገባን ነገር “እምቢ” ማለት ነው፡፡ በየቀኑ ከዋነኛው ዓላማህ የሚያስወጡህና ትኩረትህን የሚስቡ ገጠመኞች፣ እድሎችና የሰዎች ጥያቄዎች ብቅ ብቅ ይላሉ፡፡ ወሳኝ በሆነው ነገር ላይ ለማተኮር ወሳኝ ላልሆነው ነገር “እምቢ” ማለትን ይጠይቃል፡፡ የቁርጠኝነት ሌላ ገጽታ አጉል ልማዶችን የመቀየር ጉዳይ ነው፡፡ ይህ ሁኔታ እቅድህ ውስጥ የሌሉና ብዙ ጊዜህን የሚበሉ ውጤት-አልባ የኑሮ ድግግሞሾችን የመቀየር ሁኔታ ነው፡፡ የኑሮ ድግግሞሽ ማለት ሳናስብ የምናደርጋቸው ልማዶችና ጥቅም የለሽ ጉዳዮች ናቸው፡፡

ትኩረትና እረፍት

አንድ ሰው ካለማቋረጥ ሲሰራና ሲሮጥ ራሱን ለዝለት ያጋልጣል፡፡ የዛለ አእምሮ ደግሞ በአንድ ነገር ላይ ማተኮ አይችልም፡፡ እንቅልፍ አጥቶ፣ የጸጥታ ጊዜ ተነፍጎና ከየቀን የድግግሞሽ አዙሪት ዘወር ሳይል የቆየ ማንነት አዝጋሚ አእምሮን ያፈራል፡፡ አንዳንድ ሰዎች በቀኑ፣ በወሩም ሆነ በአመቱ እቅዳቸው ውስጥ የእረፍትና የመዝናኛ እቅድ የላቸውም፡፡

> ወሳኝ በሆነው ነገር ላይ ለማተኮር ወሳኝ ላልሆነው ነገር "እምቢ" ማለትን ይጠይቃል፡፡

እንዲያውም የገንዘብ በጀት ሲያወጡ ለመዝናኛ የሚውልን ገንዘብ መለየት ትዝም አይላቸው፡፡ በአጋጣሚ ለእረፍት ወጣ ቢሉ እንኳ በሞባይል ስልካቸውና በሚዋዥቀው የቀን ህልማቸው ስራቸውንና ወዳጆቻቸውን ይዘዋቸው ይሄዳሉ፡፡

ክፍል ሁለት

ትኩረት የሞላበት የሕይወት ዘይቤ

በዚህ መጽሐፍ መግቢያ ላይ እንደጠቀስነው የትኩረትን ሁኔታ በሁለት መልኩ ልናየው እንችላለን፡፡ በአንድ ጎኑ በየእለት ኑሮአችንና ተግባራችን ከዋናው ዓላማችንና ግባችን ሳንወጣና አስፈላጊው ነገር ላይ በማተኮር የመሄድ ጉዳይ ነው፡፡ ይህንን አስመልክቶ በመጀመሪያው ክፍላችን በሰፈሩት ምእራፎች ውስጥ ሰፋ ያለ ጥናት አድርገናል፡፡ የትኩረት ሁለተኛው ገጽታ፣ ትኩረትን የሕይወታችን ዘይቤ ስለማድረግና በእንዴት አይነት መልክ የተሻለውን የሕይወት ዘይቤ በመምረጥ እዚያ ላይ ማተኮር እንደምንችል አመልካች ነው፡፡

በዚህኛው ክፍላችን በሚገኙት ምእራፎች ውስጥ እንደምንመለከተው ትኩረትን የሕይወት ዘይቤአችን ስናደርገው የሚታየውን ለውጥ እንመለከታለን፡፡ ትኩረት የሞላበት የሕይወት ዘይቤ ማለት ለአጠቃላይ የሕይወታችን እድገት፣ ለስኬታማነታችንና ለቤተሰባችንም ሆነ ለምንኖርበት ማሕበረሰብ ከማይጠቅሙ ሁኔታዎችና የሕይወት ዘይቤዎች ላይ ትኩረታችንን በማንሳት ወደ ዋናውና ወደ አስፈላጊው የማዞር የሕይወት ዘይቤ ማለት ነው፡፡ ትኩረታችንን ከተራው ነገር አንስተን ወደከበረው፣ ከጊዜአዊው ነገር አንስተን ወደ ዛላቂው፣ ከአክሳሪው ነገር አንስተን ወደ ትርፋማው ስናዞር ጣእምና ስኬት ወደሞላበት የሕይወት ቀጠና እንገባለን

የፓይለቱ ምኞት

ባሉበት የመሆን ምስጢር

> "ወሳኙና ትኩረታችንን ልንጥልበት የሚገባው ነገር በእጃችን የሌለን ነገርና ያልተገኘንበት ስፍራ ላይ ሳይሆን በእጃችን ባለው ነገርና አሁን ባለንበት ስፍራ ላይ ሊሆን ይገባዋል"

ያተኮረን የሕይወት ዘይቤ የተለማመዱ ሰዎች ዋናው አላማቸው አሁን ያሉበትን ስፍራና አሁን በእጃቸው የገባውን ነገር ተጠቅመው መድረስ የሚችሉበት ደረጃ ለመድረስ መጣጣራቸው ላይ ነው፡፡ ነገ መሆን የሚፈልጉትና ለማድረግ የሚያቅዱት ነገር ቢኖራቸውም አሁን ግን ባሉበት ሆነው የወቅቱን ሁኔታ ማሻሻልና በእጃቸው ባለው ነገር መደሰት እንዳለባቸው ጠንቅቀው ያውቃሉ፡፡

ፓይለቱ አይሮፕላን ማብረር ከጀመረ ሰንበት ብሏል፡፡ በአጠገቡ ገና ጀማሪ የሆነ ረዳት ፓይለት ተቀምጧል፡፡ የበረራውን ቅድመ-ዝግጅት ካጠናቀቁ በኋላ ወደተመደበላቸው የከፍታ መጠንና አቅጣጫ ተነሱ፡፡ መብረር ከጀመሩ የተወሰኑ ሰኮንዶች አልፈዋል ሆኖም የዋናው ፓይለት አይኖች ወደታች በማየት ተተክሏል፡፡ የሚያየው አንድን

አነስተኛ ሃይቅ ነው፡፡ በዚህ ሃይቅ ዙሪያ የአካባቢው ሰዎች ይርመሰመሳሉ፡፡ ውኃ የሚቀዳው፣ ከብቶቹን የሚያጠጣው፣ የሚዋኘው ሰው ወዲህና ወዲያ ይላል፡፡ የአይሮፕላኑ ከፍታ እየጨመረ ቢሄድም እንኳ የዋናው ፓይለት አይኖች ከዚህ ሃይቅ ላይ አለመነሳቱን አይቶ ረዳቱ፣ "ምነው ፈዝዘህ ቀረህ?" አለው፡፡ የዋናው ፓይለት ትካዜ የሞላበት መልስ፣ "አይ አንዳንድ ነገሮች ትዝ ብለውኝ ነው፡፡ ይህ አሁን አይተነው ያለፍነው ሃይቅ እኔ ያደኩበት አካባቢ ነው፡፡ ያን ጊዜ በዚያ ሃይቅ ዙሪያ ሆነን አሳ እናጠምድ ነበር፡፡ ታዲያ በዚያን ጊዜ አይሮፕላኖች ከላያችን ሲያልፉ ቀና በማለት፣ "መቼ ይሆን ከዚህ የሕይወት ሁኔታ ወጥቼ በአይሮፕላን የምበረው

ራሱን የትኩረትን ብልሃት ያላስተማረ ሰው ያለበትን ትቶ ሌላውን በማሰብ የምኞት ባህር ውስጥ የሚኖር ፍጡር ነው፡፡

እያልኩ እመኝ ነበር፡፡ አሁን ይህ ምኞቴ ደርሶ በአይሮፕላን መብረር ብቻ ሳይሆን ማብረርም ከጀመርኩ ሰንበቻለሁ፡፡ አሁን ግን ሃይቁን ወደታች እያየሁ፣ መቼ ይሆን አሁን ካለሁበት የስራ አዙሪት ወጥቼ አሳ የማጠምደው እያልኩ ነው"፡፡

ባሉበት አለመሆን የዘመናችን ችግር ነው፡፡ ሰው በተፈጥሮው በእጁ የሌለው ያምረዋል፡፡ ከማግባቱ በፊት ማግባት ያምረዋል፣ ካገባ በኋላ ደግሞ የቀድሞው የ"ነጠላ" ሕይወት "ነጻነት" ይናፍቀዋል፡፡ ስራ ከማግኘቱ በፊት "የስራ ያለህ" ይላል፣ ስራ መግባትም ይናፍቃል፣ ስራውን ካገኘ በኋላ ከስራ ለመውጣት ይቸኩላል፡፡ በአጭሩ ሰው፣ ራሱን የትኩረትን ብልሃት ያላስተማረ ሰው፣ ያለበትን ትቶ ሌላውን በማሰብ የምኞት ባህር ውስጥ የሚኖር ፍጡር ነው፡፡ ይህ የትኩረት ጉድለት ደግሞ አካሉ እዚህ አሳቡ እዚያ እንዲሆን በይኖበታል፡፡ ይህ የተበታተነ ማንነት ደግሞ ካተኮረ የሕይወት ዘይቤ የሚመጣውን የስኬት ጉዞ ይሰርቀዋል፡፡

የትኩረት ሕይወት የሚጀምረው ባሉበት ከመሆን ነው ብንል አንሳሳትም፡፡ ሰው ሶስት ወዳጆች አሉት፤ እነዚህ ወዳጆች ስማቸው "ትናንት"፣ "ዛሬ" እና "ነገ" ይባላሉ፡፡

“ትናንት” የተሰኘው ወዳጁ ቀድሞ አብሮት የነበረ አሁን ግን የተለየው ወዳጁ ነው:: ባለፈው ሕይወቱ በተሳኩለት ሁኔታዎች ላይ እንዲገነባና ወደሌላ ከፍታ እንዲያልፍ፣ እንዲሁም ደግሞ ካልተሳኩለት ሁኔታዎች በመማር ነገ የማይደገምን ስህተት እንዲለይ ያስተምረዋል:: “ዛሬ” የተባለው ወዳጁ አሁን አብሮት ያለውና ከእርሱ የማይለይ የቅርብ ወዳጁ ነው:: “ትናንት” ከተሰኘው ወዳጁ ጋር ብዙ ሲያሳልፍ ይህ “ዛሬ” የተባለው ወዳጁ እጅግ ያዝናል:: “ነገ” የተባለው ወዳጅ መጥቶ ቦታውን ሳይወስድበት ከዚህ ሰው ጋር ማሳለፍን ይመኛል:: ይህ ሰው “ነገ” የተባለውን ሶስተኛ ወዳጁን ገና አልተዋወቀውም:: “ትናንት” ያስተማረውን እንደመሳሪያ በመያዝ ከ“ዛሬ” ጋር ሲያሳልፍ “ነገ” የተሰኘውን ገና የሚተዋወቀውን ወዳጅ በእንዴት አይነት ሁኔታ ሊይዘው እንደሚችል ከማወቅና ከመዘጋጀት ውጪ ስለ “ነገ” ምንም ማድረግ አይችልም::

የሕይወታችን ስእል ይህንን ይመስላል:: በሶስት ወዳጆች ተከብበናል:: እነዚህ ወዳጆቻችን በሙሉ የእኛን ትኩረት ይጠይቁናል:: የትናንቱን ሲያስብ የዛሬውን የሚሰረቅ ሰው አሳዛኝ ሰው ነው:: ስለነገው በመጨነቅም ከዛሬው ሕይወቱ ጋር የተለያየ ሰው እንዲሁ:: ትኩረታችንን ዛሬ እጃችን ላይ ባለው ላይ ከማድረግ የሚመጣ ስኬት እጅግ አስገራሚ ስኬት ነው:: ወደድንም ጠላን የዛሬ ኑሯችንንና ሁኔታችንን ልንክደው እንችልም:: ትናንት ስለነገ ስንጨነቅ ያንን “ዛሬ” የተሰኘውን የሕይወት ምእራፍ ሳናጣጥመው ነገ መጣና “ዛሬ” ሆነ:: አሁን ባለንበት ሁኔታና በእጃችን በገባው ነገር መደሰትና የቻልነውን ያህል ልንኖርበት ሲገባን ትኩረታችን ሌላ ቦታና ሁኔታ ላይ ከሆነ ጉልበታችንን እያባከንን ነው:: መፍትሄው አንድና አንድ ነው፤ ዛሬን መኖርና ማጣጣም::

ብዙውን ጊዜ በእጃችን ያለውን ትተን አሁን የእኛ ያልሆነውን ስንመኝ የዛሬን እንድንሰረቅ የሚያደርጉን እንቅፋቶች አሉ:: እነዚህን እንቅፋቶች ለማለፍ ልንገነዘባቸው የሚገቡን እውነታዎች አሉ::

የስኬት ስእልህን አስተካክል

“የተሳካለት ሰው ማን ነው?” ተብለህ ብትጠየቅ መልስህ ምንድን ነው? በዚህ አለም ላይ የምትመኘውን ሁሉ አግኝተህ ስኬተ-ቢስ ሆነህ ልትቀር እንደምትችል ላስታውስህ፡፡ ብዙ ገንዘብ፣ ብዙ ጓደኛ፣ ብዙ እውቀት፣ የገነነ ዝናና ስልጣን እንዲሁም ሰዎች ዋጋ የሚሰጧቸውን ነገሮች በእጅህ አስገብተህ ማንነትህንና ለምን አላማ እንደምትኖር ለይተህ ካላወክ ስኬት ከአንተ ሩቅ ነው፡፡ የነገ አላማህን ስታውቅ ዛሬ ያለህበት ሁኔታ ትርጉም ይሰጥሃል፡፡ የነገ አላማህን በሚገባ ስትገነዘብ ትናንት ያለፍክባቸው ሁኔታዎች ሁሉ ስእሉ ውስጥ ይገባሉ፡፡ ይህ ሲሆን ብቻ የትናንትን ትምህርትና የነገን ራእይ በማዛመድ ዛሬን ማጣጣም ትችላለህ፡፡

ራስህን በማወቅ ተደላደል

ማን ነህ? ከየት ነው የመጣኸው? ወደ የት ነው የምትሄደው? የእነዚህን አስፈላጊ ጥያቄዎች መልስ እስከታገኝ ድረስ ዛሬን ማጣጣም አትችልም፡፡ ምንም እንኳ ዛሬ ያለህበት ሁኔታ መሆን የምትፈልገውንና ማድረግ የምትመኘውን ነገር ባያሟላ ራስህን በማወቅ ከተደላደልክ የአሁኑን ሁኔታህን ተቀብለህና ተጠቅመህ ወደ ነገህ ማደግ ትጀምራለህ፡፡ ዛሬ ያለህበትን መቀበል ማለት ባለህበት መቅረት ማለት አይደለም፡፡ እውነታን ሳይክዱ መሆን ወደሚፈልጉት አቅጣጫ ለመዝለቅ መነሳሳት ማለት ነው፡፡ ከየት እንደመጣህ ሳታውቅ ያለህበትን፣ ያለህበትን ሳታውቅ ደግሞ ወደየት እንደምትሄድ ማወቅ እጅግ አስቸጋሪ ጉዳይ ነውና፡፡

ጀምሮ የመጨረስን ልማድ አዳብር

የዛሬን ትተህ የትናንቱንና የነገው ላይ እንድታተኩር ከሚያደርጉህ እንቅፋቶች መካከል ጀምሮ ያለመጨረስ ባህሪይ ነው፡፡ ይህ አደገኛ ባህሪይ ቶሎ ስልቹ የመሆን ልማድ ውስጥ ይከትሃል፡፡ ስለዚህም ምንም አይነት የሕይወት ምእራፍ ውስጥ ስትገባ ቶሎ ስለሚሰለችህ በጥቂት ቀናት ወይም ወራት ውስጥ ሌላውን እንድትመኝ ያነሳሳሃል፡፡

ይህንን ግን አትዘንጋ፣ የአሁኑ የሕይወት ምእራፍህ ላይ ከልብህ ሰርተህ ካላጠናቀቅከው የሚቀጥለው የሕይወትህ ምእራፍ ትርጉም አይኖረውም፡፡ ልክ ይህ የምታነበው መጽሐፍ በምእራፎች እንደተዋቀረና አንዱ ምእራፍ ከሌላኛው ጋር ሲደመር የመጽሐፉ ዋና ርእስ ትርጉም እንደሚሰጥ፣ ሕይወትም እንዲሁ ነች፡፡

10

ባሸንፍ እንኳ ያልቅልኛል

ፍልሚያን የመምረጥ ምስጢር

> "ወሳኙና ትኩረታችንን ልንጥልበት የሚገባው ነገር ያሸነፍናቸው ፍልሚያዎች ብዛት ላይ ሳይሆን ትክክለኛውን ፍልሚያ የመምረጡ ጉዳይ ላይ ሊሆን ይገባዋል"

በትኩረት ክህሎት የተካኑ ሰዎች በሕይወታቸው የሚከሰተውን ፍልሚያ ሁሉ መታገል እንደሌለባቸው በሚገባ የገባቸው ሰዎች ናቸው፡፡ እንደዚህ አይነት ሰዎች አንድን ፍልሚያ በማሸነፋቸው የሚያገኙትን ጥቅም ቀድሞውኑ ባይፋለሙ ከሚያተርፉት ትርፍ ጋር በማመዛዘን ቀድሞውኑ ስሌቱን የሚሰሩ ሰዎች ናቸው፡፡ ስለዚህም፣ በዚህና በዚያ "የመንደር" ቡቅሻ ውስጥ አታገኛቸውም፡፡

ወቅቱ ግሪክና ሮም የጦርነት ፍጥጫ ላይ የነበሩበት ዘመን ነው፡፡ በሁለቱም ወገን 40 ሺህ የሚያክል ጽኑ የጦር ሰራዊት ተሰልፏል፡፡ የግሪኩ ንጉስ ፓይረስ (King Pyrrus) አይኖቹን ሮም ላይ ተክሏል፡፡ "ሮምን ካላሸነፍኩ አላርፍም" ያለ ይመስላል፤ ማንም ሰው ከዚህ አቋሙ ሊመልሰው እስከማይችል ድረስ ቆርጦ ነበር፡፡ የጦር መሳሪያ አይነት፣

ለውጊያ የሚጠቀምባቸውን ዝሆኖች ሁሉ ሳይቀር ሰብስቧል፡፡ ከዚህ በፊት የተፋለመውን ፍልሚያ ሁሉ በማሸነፍ የታወቀ ንጉስ ነው፡፡ የሮም አገዛዝ ያበቃለት ይመስላል፡፡ ውጊያው ጀምሮ ብዙ መራራ ቀናትን ካስቆጠረ በኋላ ማንም የማያሸንፍበት የእልቂት ፍጥጫ ሆነ፡፡ ሆኖም፣ በድንገት ግሪኮች ድልን ተቀዳጁ፡፡ ግዙፍ ዝሆኖቻቸው በብዙ ቁጥር ሆነው ወደ ሮማውያን ክልል ጥሰው በመግባታቸው ከሞት የተረፉት ሮማውያን ወደ ኋላ መሸሽ ግድ ሆነባቸው፡፡ የንጉስ ፓይረስ ሰራዊት ግን እጅግ ደክሟል፡፡ ጉልበትን ለመሰብሰብ ባለበት ስፍራ ከሰራዊቱ ጋር ተከማችቶ እንዳለ አንድ ወዳጁ ስላገኘው ድል "እንኳን ደስ ያለህ" አለው፡፡ ንጉስ ፓይረስ የመለሰው መልስ እንዲህ የሚል ነበር፣ "ከአሁን ወዲያ አንድ ፍልሚያ ተፋልሜ ባሸንፍ እንኳ ያልቅልኛል"፡፡

አንዳንድ ጊዜ በፊታችን የመጣውን ፍልሚያ ሁሉ መዋጋትና ማሸነፍ ያለብን ይመስለናል፡፡ የተጫረ ጸብ ውስጥ ሁሉ ራሳችንን እንጨምራለን፣ ለተናገረን ሰው ሁሉ መልስ ለመስጠት ጊዜ አይፈጅብንም፣ ለነካን ሰው አጸፋ ሳንመልስ እንቅልፍ አይወስደንም፡፡ በዚህ "ብርታታችን" ከዚህ በፊት ብዙዎችን አንበርክከን ሊሆን ይችላል፡፡ መለስ ብለን ሕይወታችንን ስናጤነው ግን አንድ ሺህ ፍልሚያዎችን አሸንፈን፣ ነገር ግን አንድን ነገር ለመገንባት ጊዜ ያጣን ሰዎች ሆነን ራሳችንን እናገኘዋለን፡፡ ብዙ የተዋጋናቸው ሁኔታዎችና ሰዎች በታሪካችን ተመዝግበው አንድም የገነባነው ቁም ነገር ከሌለ ትኩረት የተነጠቀ ሰው የመሆናችን እውነታ አከራካሪ አይደለም፡፡

የሕይወትን ውጣ ውረድ በሚገባ ስንቃኘውና ስንጨምቀው እውነተኛ ፍልሚያን ልንፋለምባቸው የሚገቡን ነገሮች በጣም ጥቂት ሆነው እናገኛቸዋለን፡፡ ብዙ ሰዎች በሞት አልጋቸው ላይ ሆነው ሲጠየቁ ወይም የመናገር እድል ሲያገኙ በሕይወት ዘመናቸው በወሰዷቸው አንዳንድ እርምጃዎችና ውሳኔዎች ላይ የሚናገሩት ነገር አላቸው፡፡ አንዳንዶች፣ "እገሌን ጥፋልኝና ይቅርታ ልጠይቀው" በማለት በዘመናቸው ሲጋፉት የኖሩትን ሰው በመጨረሻ ትንፋሻቸው ሊያቅፉት ይሞክራሉ፡፡ ሌሎች፣ "ለእገሌ

የወሰድኩበትን ይህንና ያንን ነገር እባካችሁ መልሱልኝ” በማለት በውጊያ የወሰዱትን በልመና ሊመልሱ ይመኛሉ፡፡ “ይህንን ንብረቴን ለእገሌ አውርሱልኝ” በማለትም በብዙ ፍልሚያ የሰበሰቡትን ንብረት መልቀቅ ምርጫ የሌለው ጉዳይ እንደሆነ አይተውና አሳይተው የሚያልፉም ብዙ ናቸው፡፡

ሕይወት ምንድን ነች? ሕይወት ሁለተኛ እድል የማትሰጥና ከራሳችን አልፈን ለሌላው የሚጠቅም ነገር አድርገን አጣጥመናት ልናልፋት የምትገባ ትእይንት ናት እንጂ ሕይወት በጠላት የተከበበችና ለፍልሚያ የተወሰነች የጦርነት ሜዳ አይደለችም፡፡ ለአንዳንዶች ግን ይህ የሕይወት ስእል በፍጹም ተቀባይነት የማያገኝ ጉዳይ ነው፡፡ የሚያውቁት ሌላ ነውና፡፡ በእርግጥ ነው በዚህች ምድር ላይ ስንኖር የማንፈልጋቸው ሙግቶችና ትግሎች አልፈው ወደ እኛ ይመጣሉ፡፡ ስለሆነም፣ ሕይወት ከምንም ችግር ነጻ የሆነች ጎዳና ነች ማለት አስቸጋሪ ነው፡፡

ሕይወት ምንድን ነች? ሕይወት ሁለተኛ እድል የማትሰጥና ከራሳችን አልፈን ለሌላው የሚጠቅም ነገር አድርገን አጣጥመናት ልናልፋት የምትገባ ትእይንት ናት እንጂ ሕይወት በጠላት የተከበበችና ለፍልሚያ የተወሰነች የጦርነት ሜዳ አይደለችም፡፡

ለማለት የተፈለገው የመጣውን ግፊያ ሁሉ መጋፋት፣ የተነሳውን ውድድር ሁሉ መወዳደር፣ የተከሰተውን ፍትጊያ ሁሉ የመፋተግ ግዴታ የለብንም፡፡ የምንፋለማቸውን ፍልሚያዎች የመምረጥ እድሉም ሆነ ብቃቱ አለን፡፡ የሕይወታችን ጥራት የሚለካው ባሸነፍናቸው ፍልሚያዎች ሳይሆን በመረጥናቸው የፍልሚያ አይነቶች ነው፡፡ የምትሰለፍለት ዓላማና የምትከራከርለት ነጥብ የውስጥህን አመለካከት ጠቋሚ ነውና፡፡ ተራ ሰው ለተራ ነገር ይጋፋል፣ የከበረው ሰው ደግሞ ፍልሚያዎቹን መዝኖ ለከበረውና ለዘላቂው ነገር ራሱን ያቀርባል፡፡ ልዩነቱ እዚህ ላይ ነው፡፡

ሰዎች በተለያዩ ምክንያቶች "ጦረኛ" ዝንባሌን ያሳብራሉ፡፡ አንዳንዶች ከውጪ በሚመጣ ተጽእኖ፣ ሌሎች ደግሞ በምርጫ፡፡ ምንጩ ያኛውም ሆነ ይህኛው መፍትሄው ላይ ማተኮር አስፈላጊና ወሳኝ ጉዳይ ነው፡፡

የአስተዳደግህን ተጽእኖ አልፈህ ሂድ

በአንድ ከባድና ብዙ ከፋት ባለበት ከተማ ውስጥ ያደገ ሰው እንዲህ ሲል ሰማሁት፣ "በዚህ አለም ላይ ምንም ነገር ይሰጠኛል ብለህ ከጠበክ ባዶ እጅህን ትቀራለህ፣ አንድን ነገር ማግኘት ከፈለክ አንተው ቀምተህ መውሰድ አለብህ"፡፡ አስደንጋጭ እይታ! አንዳንድ ሰዎች በእንደዚህ አይነት አካባቢ ነው ያደጉት፡፡ ሌሎች ደግሞ ያደጉበት ቤት "እዚህ ቤት ተሸንፈህ አትገባም" የሚል መፈክርና ዛቻም ጭምር የነበረበት ቤት ነው፡፡ ስለዚህም ከቤት ወጥተው እስኪገቡ ድረስ የትኛውን ጦርነት እንደሚያሸንፉ ሲያነፈንፉ ውለው እንዲገቡ ተጽእኖ ያድርባቸዋል፡፡ ለመኖር ግን ከሁሉም ሰውና ሁኔታ ጋር መፋለም የለብንም፡፡

የማንነትህን ደረጃ ከፍ አድርግ

ቀደም ብለን እንደጠቀስነው ራስህን የምታገኝባቸውን የጸብና የጭቅጭቅ ሁኔታዎች ተመልከታቸውና በአጭሩ የራስህን ሁኔታ ታገኘዋለህ፡፡ ተራና የወረደ አመለካከት ያለው ሰው ለምናምንቴው ሁሉ ይዋጋል፤ በራሱና በወደፊቱ ዓላማ ላይ የከበረ አመለካከት ያለው ሰው ግን ራሱን የገታ ሰው ነው፡፡ በሌላ አባባል ሰው የሚፋለመው ከእርሱ ለበለጠ ነገር ነው፡፡ ስለዚህም የምንፋለምበት ነገር ትንሽነት የእኛን ከዚያ ነገር ማነስ ያመለክታል፡፡ ለዚህ ችግር ያለው ዋነኛ መፍትሄ በራሳችን ላይ ባለን አመለካከት ማድግ ነው፡፡ የከበረ ራእይና ዓላማ ስንጨብጥና ትኩረታችን በዚያ ላይ ስናደርግ ከተራ ነገሮችና ሁኔታዎች በልጠን እንገኛለን፡፡

የድልን ትርጉም እወቅ

በአንድ ጦርነት ውስጥ ብዙ ፍልሚያዎች አሉ፡፡ የአንድ ፍልሚያ መሸነፍ ወይም ማሸነፍ የጦርነቱን አጠቃላይ ውጤት ላይወስን ይችላል፡፡ በሕይወት ጎዳና ላይ ድል ወይም ማሸነፍ ማለት ለሚገጥሙን ሁኔታዎች ትክክለኛውን ምላሽ ማወቅ ማለት ነው እንጂ በሄዱበት ሁሉ ተፋልሞና ሰውን ረግጦ ማለፍ ማለት አይደለም፡፡ ያባረረ ሁሉ አሸናፊ፣ የሸሸ ሁሉ ተሸናፊ አይደለም፣ የመጨረሻውን ስድብና ጡጫ የተቀበለ ሁሉ ተሸናፊ፣ ብዙ የተሳደበና የተቧቀሰ ሁሉ አሸናፊ አይደለም፡፡ የጨዋታው ሕግ ተለውጧል፡፡ አዲሱ የጨዋታ ሕግ እንዲህ ይለናል፣ “የምትፋለመውን ፍልሚያ ለይተህ እወቅ፣ ለሁሉም ነገር ምላሽ መስጠት እንደሌለብህም አትዘንጋ፡፡”

11

"ለምን እርፌህ አታርፍም?!"

በጉዞው የመደሰት ምስጢር

> "ወሳኙና ትኩረታችንን ልንጥልበት የሚገባው ነገር የፍጻሜው ጉዳይ ላይ ብቻ ሳይሆን የጉዞውና የሂደቱ ጉዳይ ላይም ጭምር ሊሆን ይገባዋል"

ትኩረትን ዘይቤአቸው ወደማድረግ ያደጉ ሰዎች ሕይወትን በተሳካለት ሁኔታ ለመኖር የግድ ያሰቡት ዓላማ እስኪደርሱ መጠበቅ እንደሌለባቸው ያውቃሉ። ስኬት አንድ የሚደረስበት ስፍራ ወይም ክስተት ሳይሆን ሂደት እንደሆነም ገብቷቸዋል። ስለሆነም፣ ያሰቡት ቦታ ባይደርሱም እንኳ በጉዞው ስለተደሰቱበት ገና ሳይደርሱ ተሳክቶላቸዋል። የነገን እያዩና እየጠበቁ በጉዞው መደሰት!

ከጥቂት አመታት በፊት ከቤተሰቤ ጋር ከአንድ አሜሪካ ከተማ ወደ ሌላ ከተማ የመዝናናት ጉዞ ስናደርግ የሆነው ነገር ትዝታ ልክ ትናንት የተከናወነ እስኪመስለኝ ድረስ እውን ነው። ዝግጅቱን ጨርሰን ጉዞ ጀምረናል። ጉዞው ቢያንስ የቀኑን ብዙውን ክፍል እንደሚጨርስ ቀደም ብለን ጥናት አድርገናል። የሚጫነው ተጭኖ ጉዞ እንዲጀመር ባለቤቴንና ልጆቻችንን አጣደፍኳቸው። "ተነሱ፣ ግቡ፣ እንሂድ …"። ጉዞው ተጀመረ! ይህ ጥድፊያዬ ግን አላቆመም። የተወሰኑ ሰዓታት ካሽከረከርን በኋላ

ለመጸዳጃ የማረፊያ አካባቢ እንዳየን በማቆም አረፍ ብለን ለመሄድ ወሰንን፡፡ መኪናውን እንዳቆምኩኝ በቶሎ ወርደው ማድረግ ያለባቸውን አድርገው እንዲመለሱና ጉዞአችንን ቶሎ እንድንቀጥል አሳሰብኳቸው፡፡ በዚህ ጊዜ ሁኔታው ባለቤቴን ግር እንዳላት ካስተያየቷ ገብቶኛል፡፡ እንደገና ጉዞው ቀጠለ፡፡ ሆኖም ጥቂት እንደተጓዝን ሁላችንም የረሃብ ስሜት ስለተሰማን ጥሩ ምግብ የሚገኝበት ቦታ እንዳገኝን አቆምን፡፡ አሁንም ችኮላዬ ቀጥሏል፡፡ በቶሎ ወርደው ወደ ሬስቶራንቱ እንድንገባ አቻኮልኳቸው፡፡ ገብተን ምግብ ስንመርጥ ቶሎ እንዲወስኑና ምግቡ ታዝዞ ተመግበን መንገድ እንድንቀጥል ተጽእኖ አደረኩባቸው፡፡ በዚህ ጊዜ ነበር የባለቤቴ የማልረሳውንና ከዚያ ቀን ጀምሮ እንደመመሪያ የምጠቀምበትን ትምህርት ያስተማረችኝ፡፡ አንዲትን ጥያቄ ጠየቀችኝ፣ “ለመሆኑ ወደየት ነው የምንሄደው?” የሚል፡፡ “ወደ እረፍት ነዋ፣ ድሮስ ወደ የት እንሄዳለን” አልኳት፡፡ መልሷ አጭርና ግልጽ ነበር፣ “ታዲያ ለምን አርፈህ አታርፍም?!”፡፡ አባባሏን ሳሰላስል፣ መልስ ሳልመልስ ያቀድነው ስፍራ ደረስን፡፡ የቀረውን የጉዞአችንን ቀናት “አርፌ አረፍኩ”፡፡

አንዳንድ ሰዎች ገንዘብ ለማግኘት የሚያደርጉት ሩጫ የኋላ ኋላ በእጃቸው የገባው ገንዘብ ሊገዛው የማይችለውን እንደ ጤንነትና እንደ ታማኝ ወዳጅ የመሳሰሉትን ውብ ነገሮች ከእጃቸው ይወስድባቸዋል፡፡ ትርፉ ኪሳራ ነው፡፡

ሊደርሱ የሚፈልጉበት ደረጃ ለመድረስም ሆነ በእጃቸው ለመጨበጥ የፈለጉትን ነገር በእጃቸው ለማስገባት ብዙ የሚጋልቡ ሰዎች ፍጻሜአቸው ላይ ከማተኮራቸው የተነሳ በጉዞው የሚገኘውን አስገራሚ የሕይወት ሂደት ሳይደሰቱበት ከመቅረታቸውም ባሻገር ነገ የሚደርሱበትን ሲያስቡ የዛሬውን ሕይወት የሚሰረቁ ሰዎች ናቸው፡፡ ብዙ ታግለው የደረሱበትን ደረጃ እንዳይደሰቱበት እዚያ ለመድረስ የተጓዙት ጉዞው አድቅቋቸዋል፡፡ በጉዞው ተደስተው ፍጻሜአቸው መድረስና በሁለቱም የሚገኘውን

ደስታ ማግኘት ሲችሉ፣ ያሰቡበት ጥግ እስኪደርሱ ደስታን አዘግይተውታል። እንደዚህ ያሉ ሰዎች ጉዞው የፍጻሜውን ያህል አስፈላጊ መሆኑን ዘንግተውታል።

በንግድ ልቆ ለመገኘትና ብዙ ለማትረፍ የሚሮጥ ሰው ብዙ ይደክማል። ቀኑን ሙሉ በስራ ሲባክን በመዋሉ ምግቡን በሰዓቱ ስለማይበላ የተለያዩ የጤና ቀውሶችን አትርፏል። ቀኑን ሙሉ ሲሮጥ ውሎ ሱቁን ዘግቶ ማታ እቤቱ ሲገባ እኩለ ሌሊት ይሆናል። ጠዋት ደግሞ ብዙም እንቅልፍ ሳያገኝ ተነስቶ ወደስራ በመሄድ በድካም የዛለን አካልና አእምሮ ይዞ ይውላል። በእነዚህ ሁኔታዎች የተነሳ የደረሰበት የጤንነት ቀውስ ሳያንሰው ከባለቤቱ ጋር በቂ ጊዜ ባለማግኘቱ ምክንያት የተከሰቱ አለመግባባቶች ለፍቺ ዳርጎታል። ልጆች ተጎድተዋል። ምኞቱ ተሳክቶለት ንግዱ የገንዘብ ትርፍን ማምጣት ጀምሯል፣ ኑሮውና ጤንነቱ ግን በክስረት ተመቷል።

አንድ ሰው አንድ ግብ ለመድረስ ያለውን ሁሉ አጥቶና ከስሮ እዚያ ግብ ላይ ሲደርስ በእጁ ያስገባውን ደስ የሚል ነገር ለመጠቀም የሚያበቃው ጤንነትና የውስጥ መረጋጋት ከሌለው ትርፉ ምንድን ነው? አንዳንድ ሰዎች ገንዘብ ለማግኘት የሚያደርጉት ሩጫ የኋላ ኋላ በእጃቸው የገባው ገንዘብ ሊገዛው የማይችለውን እንደ ጤንነትና እንደ ታማኝ ወዳጅ የመሳሰሉትን ውብ ነገሮች ከእጃቸው ይወስድባቸዋል። ትርፉ ኪሳራ ነው። እነዚህ ሰዎች ዋነኛው ነገር ላይ ማተኮር ሲገባቸው ሁለተኛው ነገር ላይ ትኩረታችንን በመጣል የከሰሩ ሰዎች ናቸው። ስለሚደርሱበት ቦታ ሲጨነቁ በመንገድ ላይ ያለውን ውብ ነገር ሳያዩት ያልፋሉ። ቤታቸውን ለመገንባት ሲታገሉ ቤቱ ከተገነባ በኋላ ገብተው ለዚያ ቤት ውበትን ሊሰጡ የሚገባቸውን ቤተሰባቸውን ያጣሉ። የመስሪያ ቤቱን ከፍተኛ ስልጣን ለመጨበጥ ያሳለፉት ፍጥጫ ስልጣኑ በእጃቸው ከገባ በኋላ የሚከተላቸው ሰው እስኪያጡ ድረስ አውርዷቸዋል። ጉዞውና ሂደቱ የፍጻሜውና የመድረሻውን ያህል አስፈላጊ መሆኑን ማን በነገራቸው?!

እነሳስህን አስተካክል

የአንድ ነገር አጀማመራችን ስለ አጨራረሳችን ብዙ ይናገራል፡፡ "አንድ ደረጃ ላይ ሳልደርስ ውስጤ አያርፍም" ብሎ የሚጀምር ሰው ያሰበው ደረጃ ቢደርስም አያርፍም፡፡ ውስጡ አርፎ የተነሳ ሰው ግን ሲጓዝም ሆነ ሲደርስ ያርፋል፡፡ ይህንን አንድ እውነት አትርሳ፡- የሚሳካል ስላረፍክ ነው እንጂ ስለተሳካልህ አይደለም የምታርፈው፡፡ ማረፍ የተሰኘው ነገር የስኬታማ ሕይወት ትልቁ ክፍል ነው፡፡ ማረፍ ውስጣዊ እንጂ ውጫዊ አይደለም፡፡ የንግድ፣ የትምህርትና የመሳሰሉት ሩጫዎቻችን ሁሉ መጀመሪያቸውም፣ ጉዞአቸውም ሆነ መጨረሻው እረፍት ሊሆን ይገባዋል፡፡ አርፈህ መጀመርና አርፈህ መጓዝ ስትችል ረፍትህን እስክትደርስ አታቆየው፡፡

የትኩረት ሚዛናዊነትን አዳብር

በዚህ ምድር ላይ ያለህን ዓላማ ስትከታተል ስራና ግብ ተኮርነትህን ከራስህና ከሌሎች ሰዎች ህልውና አንጻር መቃኘትና ሚዛናዊ ማድረግ ይጠበቅብሃል፡፡ ስራና ግብ ተኮር ሰዎች ይህንን ዝንባሌአቸውን በሚዛናዊነት ካልያዙት አንድን ስራ ለማከናወንና ከግባቸው ለመድረስ በሚያደርጉት ጉዞ ውስጥ ስለራሳቸውም ሆነ ስለሌላው ሰው ሕልውናና ጤንነት ምንም ትኩረት አይሰጡም፡፡ ስለዚህም አንድን ዓላማ ይገነባሉ፣ ሰውን ግን ያፈርሳሉ፤ ወደ አንድ ግብ ጥግ ይደርሳሉ ከጤናማ ማሕበራዊ ሕይወት ግን እየራቁ ይሄዳሉ፡፡ የግባችንና የዓላማችን ሁሉ መሳካት የመጨረሻው መመዘኛ ያረፈ ማንነት፣ ጤናማ ቤተሰብና የሚያድግ ሕብረተሰብ ሊሆን ይገባዋል፡፡

ከግድ - የለሽነት ተጠበቅ

አንዳንድ ሰዎች እረፍትንና መረጋጋትን ከግድ-የለሽነት ጋር ያምታቱታል፡፡ ማረፍ ማለት ለተሰማራንበት ዓላማ ግድ-የለሽ መሆንና ነገሮች እንዳሻቸው እንዲንከባለሉ መልቀቅ ማለት አይደለም፡፡ በምትኩ፣ ማረፍ ማለት፣ ያወጣነው ግብና መከናወን ያለበት ጉዳይ እንደተጠበቀ ሆኖ ያንን ለማከናወን በምንጓዘው ጉዞ አላግባብ የሆኑ መስዋእትነቶችን

ከመክፈል መቆጠብ ማለት ነው፡፡ ገንዘብ ለማግኘት ሲባል ጤንነት አይከፈልም፤ ዝና ለማግኘት ሲባል የቤተሰብ ህልውና አይከፈልም፤ ራእይ ለመገንባት በመጨነቅ የአእምሮ ጤንነት ችላ አይባልም፡፡ ሆኖም “ምን አጨናነቀኝ” በሚል ከለላ ስር ደግሞ ዋጋ ቢስ ሆኖ ከመቅረትም መጠበቅ አስፈላጊ ነው፡፡

ጠባቡ ሰንሰለት

የግል ትጋት ላይ የማተኮር ምስጢር

> "ወሳኙና ትኩረታችንን ልንጥልበት የሚገባው ነገር ማን ምን ሰራ የሚለው ጉዳይ ላይ ሳይሆን እኛ ምን ሰራን የሚለው የራሳችን ጉዳይ ሊሆን ይገባዋል"

ራስን ከሌላው ሰው ጉዳይ ላይ ሰብሰብ በማድረግ ሁለንተናውን በግሉ ትጋትና ዓላማ ላይ እንዳደረገ ሰው የትኩረት ምስጢር የገባው ሰው ማን ነው? ብዙ ሰዎች ይህ እውነታ ገብቷቸው ዘልቀው ሄደዋል፡፡ ዋናው ነገር ሃላፊነታቸው ላይ የማተኮራቸው ጉዳይ እንደሆነ ስለገባቸው በቤትም ሆነ በስራ ቦታ በፍጹም የራሳቸውን ትጋት ከሌላው ሰው ግድ የለሽነት አንጻር አይቃኙም፡፡

አንድ በህይወቱ ብዙ ያከናወነና ታላቅ ስኬት ውስጥ የገባ ሰው ወደዚህ ለራሱ፣ ለቤተሰቡና ለማሕበረሰቡ ብዙ መልካም ነገሮችን እንዲከናወን ያበቃውን አንድ ወሳኝ ትምህርት በማስታወስ ሲናገር እንዲህ አለ፡- "በእድሜዬ ገና ለጋ በነበርኩበት ወቅት አንድ በአካባቢያችን ይደረግ የነበረ የብስክሌት ውድድር ለማየት ከተሰበሰበው ሕዝብ ጋር ተሰለፍኩ፡፡ ለዚህ የከተማ አቀፍ ብስክሌት ውድድር መንገዶች ሁሉ ተዘጋግተዋል፡፡ ከተወዳዳሪዎቹ መካከል እጅግ ዝነኛ የሆኑ ብስክሌተኞች ይገኙበታል፡፡

በጣም በጉጉት ይጠበቅ የነበረው ውድድር ጀምሮ ብስክሌተኞቹ ዙሩን ተያይዘውታል። ውድድሩን ለማጠናቀቅ እኔ በቆምኩበት ቦታ ቢያንስ ከአስር ጊዜ በላይ እንደሚያልፉ ስለሰማሁ በሚገባ መከታተል ጀመርኩ። ከጥቂት ዙሮች በኋላ የተወሰኑ ብስክሌተኞች ተነጥለው የቀዳሚነትን ስፍራ ያዙ። ብዙም ሳይቆይ አንዱ ቀድሟቸው ገሰገሰ። በዚህ ጊዜ ነበር አንድ ነገር ትኩረቴን የሳበው። ይህ ብስክሌተኛ ማርሹን እየቀያየረ በአጠገቤ ሲያልፍ ሳላስበው አይኖቼ ብስክሌቱን ከሚያሽከረክረው ሰንሰለት (ፔዳል) ላይ ተተከሉ። ብስክሌተኛው በልምምድ በዳበሩት እግሮቹ በብርታትና በፍጥነት ፔዳሉን ሲገፋ የተለያዩ አይነት ስፋትና ርዝመት ያላቸው ሰንሰለቶች ካለማቋረጥ ይሽከረከራሉ። ሆኖም ሁሉም ሰንሰለቶች እኩል አለመሽከርከራቸውን ተረዳሁ። ከሁሉም አጠር ያለውን ሰንሰለት ሲሽከረከር አየሁና ትኩረቴን ከሁሉ ሰፋ ያለውን ሰንሰለት ላይ ሳደርግ የሚሽከረከሩበት ፍጥነት አስገረመኝ። አጭሩ ሰንሰለት እጅግ በጣም ብዙ ዙር ከሄደ በኋላ ረጅሙ ሰንሰለት አንዴ ነው የሚዞረው። የብስክሌቱን ፍጥነት የሚወስነውም ይህ አጭር ሰንሰለት መሆኑንም አየሁ። ውድድሩ ካለቀ በኋላ አንድን አመለካከት ይዤ ወደቤቴ ሄድኩኝ። የበለጠ ውጤት ለማግኘት ሌላው ምን ያህል እንደሰራና እንዳልሰራ ማሰብን ትቼ የራሴን ጥረት ማሻሻልና አይኖቼን ከሌላው ሰው ሁኔታ ላይ አነስቼ በራሴ ላይ ማተኮር እንዳለብኝ አሰብኩኝ። አሁን ያለሁበት ስኬት የዚህ አመለካከትና ውሳኔ ውጤት መሆኑ የገባኝ ያን ጊዜ ነው።

“ምን ብቻዬን አስለፋኝ? ሌላው ሲዘግም እኔ ምን አስሮጠኝ? ለምን እንደሌላው ቀስ ብዬ አልሰራም? ሁሉም ሲያሾፍ እኔ ብቻ ለምን ቁም ነገር አበዛለሁ?” እነዚህ ቃላቶች ትኩረቱ የተሰረቀ ሰው ንግግሮች ናቸው። እንዲህ አይነቱ ሰው ሃሳቡን ሰብስቦ በራሱ ትጋት ላይ አተኩሮ ቢሰራ ብዙ ውጤትና ስኬት ማግኘት ሲችል፣ ቀኑን ሙሉ የሚያስበው “ማን ምን ሰራ? ለምን ሁሉም እኩል አይለፋም? ለምን እኔ ብቻ?” እና የመሳሰሉትን ተስፋ አስቆራጭና ለድካም አሳልፈው የሚሰጡ ሃሳቦችን ነው። ከሌላው ሰው የበለጠ “መሽከርከሩ” የኋላ ኋላ የበለጠ ስኬታማነት ውስጥ እንደሚከተው ባለማወቅ ትኩረቱን በሌላኛው ሰው ላይ በማድረግ ራሱን ይጎዳል።

በሕይወት ከፍ ያለ ደረጃ ለመድረስ የፈለገ ሰው ያንን ከማግኘቱ በፊት ከፍ ያለ ትጋት እንደሚጠይቀው ሊያስታውስ ይገባዋል፡፡ አንድ ሰው ያንንው ቀድሞ ያደርግ የነበረው ተግባር እያከናወነ ቀድሞ ያገኝ ከነበረው የተለየና የተሻለ ውጤት አገኛለሁ ቢል ከንቱ ምኞት ይሆንበታል፡፡ ዙሪያችንን ለመቃኘት አይኖቻችንን ብንከፍት፣ በአለም ዙሪያ አስገራሚና ለብዙዎች ጥቅም የሚተርፍን ነገር አከናውነው ያለፉ ሰዎች ሁኔታ እናጢን፡፡ የምናገኘው በፍጹም አከራካሪ ያልሆነን እውነታ እነዚህ ሰዎች ከሌሎች የላቀን ትጋት ያሳዩ ሰዎች መሆናቸውን ነው፡፡

> ከማንኛውም ውብ ነገር ጀርባ አንድ ትጉ ሰው አለ፡፡ ከማንኛውም ለየት ያለ ስኬትን ካስመዘገበ ተግባር ጀርባ ለየት ያለ ትጋትን ያሳየ ሰው አለ፡፡

ከማንኛውም ውብ ነገር ጀርባ አንድ ትጉ ሰው አለ፡፡ ከማንኛውም ለየት ያለ ስኬትን ካስመዘገበ ተግባር ጀርባ ለየት ያለ ትጋትን ያሳየ ሰው አለ፡፡ በተቃራኒው ደግሞ አንድ ነገር አለመሳካትና የወረደ ገጽታ አንድ ሰው ስራውን በትክክል እንዳልሰራ ጠቋሚ ነው፡፡ ለምሳሌ፣ "እኔ ስለፋና ገቢ ሳመጣ ቤታችንን ሳሻሽል ሚስቴ ግን የእኔን ያህል አትለፋም" በማለት ከትጋቱ መለስ የሚል ባል ቀድሞ በትጋ ሲሰራ በነበረ ጊዜ የነበረውን የቤቱን ሁኔታ በዚያ ደረጃ አያገኘውም፡፡ በየመስሪ ቤቱም ሆነ በየድርጅቱ ያለው እውነት ከዚሁ ተለይቶ አይታይም፡፡ በተሰማራንበት መስክ ትጉ ሆኖ የመገኘቱ ሁኔታ በአንድ ጎኑ በኑሮአችንም ሆነ በአላማችን የተሻለ ሆኖ የመገኘትን መንገድ ይከፍትልናል፡፡ ሆኖም፣ ከዚህ ይልቅ የበለጠ ቦታ ያለው ሁኔታ በግል ዲሲፕሊን ብቃትና በሕብረተሰቡ መካከል በምሳሌነት ልቆ የመገኘታችን ሁኔታ ነው፡፡

ሌላው ሰው ግድ የለሽ ሆኖ እኛ ብቻ እንደለፋን ሲሰማን ሁኔታው የሚያመጣብን ጫና ቀላል አይደለም፡፡ ሆኖም፣ በዚያ ስሜት ተጽእኖ ስር በመውደቅ ወደኋላ መቅረት ጥሩ

ምርጫ አይደለም፡፡ ይህ እንዳይሆን አንዳንድ አጋዥ እውነታዎችን መመልከት አስፈላጊ ነው፡፡

ራስህን ከሰው ነገር አውጣ

አመለካከቱ፣ ንግግሩም ሆነ ውሳኔው ከሌላው ሰው አንጻር የሆነ ሰው ብዙም ሳይቆይ ወደ ኋላ ሲቀር ራሱን ማግኘቱ የማይቀር ነው፡፡ ማን ምን ሰራ? ማን በሰራው ማን ይመሰገናል? እና የመሳሰሉት ሰው-ተኮር ዝንባሌዎች ፈጥነው ከመስመር ያወጡናል፡፡ ብዙም ሳይቆይ በሰራነው መልካም ስራ ላይ ጥላ ያጠሉበታል፡፡ ሰዎች ምን እንደሰሩና ማን ሲተጋ ማን ችላ እንዳለ ሊታሰብበት የሚገባ ጉዳይ መሆኑ ጥርጥር የለውም፡፡ ሆኖም፣ ያንን ጉዳይ ለሚመለከታቸው ሰዎች ተወት በማድረግ ተግተን በመስራታችን በሚገኘው ውጤት ላይና በስራው ሂደት ውስጥ በምናገኘው የውስጥ እርካታም ሆነ የዲሲፕሊን ልቀት ላይ ብናተኩር ስኬታችን የበዛና ዘላቂ ይሆናል፡፡

እይታህን አስፋ

አንዳንድ ጊዜ የምንለፋውና የምንደክመው እኛ ብቻ እንደሆንን የሚሰማን ጊዜ እንዳለ እሙን ነው፡፡ ሆኖም፣ እውነታው ይህ ብቻ ላይሆን ስለሚችል እይታችንን ሰፋ ብናደርገው ወደ ፊት ለመቀጠል አቅም ይሆንልናል፡፡ ምናልባት የታየኝ የእኔ ልፋት ብቻ እንዳይሆንና ሌላኛውም ሰው እንዲሁ ብዙ እየደከመ ነገር ግን እኔ ያንን ድካሙን ሳላይለት ቀርቼ እንዳይሆን ጥንቃቄ ይጠይቃል፡፡ በተለይም፣ "ሌላው ግድ የለሽ ሲሆን እኔ ግን ይህንንና ያንን ነገር ለማሻሻል ብዙ እየደከምኩ ነው" በሚል የስሜት ጫና ውስጥ ያለ ሰው የሌላውን ሰው ልፋት የማየት ዝንባሌው ሊሰረቅበት ይችላል፡፡ ስለሆነም፣ ሁኔታዎችን ከእኛ አንጻር ብቻ መመልከት የለብንም፡፡

ለውጤት አትቸኩል

የዛሬው ልፋትህ ላይና አንተ ብቻ የመታገልህን ጉዳይ ብቻ ካሰብክ በብዙ የስሜት ውጣ ውረድ ውስጥ ራስህን ታገኘዋለህ፡፡ የዛሬውን ቅንነትህን፣ ልፋትህንና ሌላው ችላ ሲል አንተ ግን መስራትህን ውጤት አሁኑኑ ላታየው ትችላለህ፡፡ በቡድን የአንድ ትምህርትን የቤት ስራ እንዲሰሩ የሚታዘዙ ተማሪዎችን አስብ፡፡ የቡድኑ አባላት ሁሉ ጨዋታን ስለሚፈልጉ ሁል ጊዜ የቤት ስራውን በአንዱ "ትጉ" ነው በሚሉት አባላቸው ላይ ቢጭኑትና እሱ እየሰራ ውጤቱን ግን ቢጋሩ ለጊዜው ደስ የሚያሰኝ አይደለም፡፡ ሆኖም በጥናቱ ሂደት ውስጥ ከእነሱ የላቀን እውቀትና ዲሲፕሊን የማዳበሩ ሁኔታ ግን ክርክር የሌለው ነገር ነው፡፡ ውጤቱ የሚታየው ግን የኋላ ኋላ ነው፡፡

13

ሶፋ ወይስ አልጋ?

አስፈላጊው ነገር ላይ የማተኮር ምስጢር

> "ወሳኙና ትኩረታችንን ልንጥልበት የሚገባው ነገር ሰው የሚያይልንና የሚያደንቅልን ነገር ላይ ሳይሆን ለሕልውናችንና ለእድገታችን አስፈላጊ የሆነው ጉዳይ ላይ ሊሆን ይገባዋል"

የትኩረት አስፈላጊነት የገባቸው ሰዎች የሰዎችን አድናቆት ከማግኘት የዘለለ የሕይወት ዘይቤ ያዳበሩ ሰዎች ናቸው፡፡ ሰዎች አይተውላቸው "ደስ ይላል" ብለው የሚያደንቁላቸውን ነገራቸውን የማስዋብን አስፈላጊነት ባይክዱም ከዚያ የበለጠ ትኩረት የሚገባው ነገር ግን ለእድገታቸውና ለሕልውናቸው ወሳኝ የሆነው ነገር እንደሆነ ጠንቅቀው ያውቃሉ፤ ትኩረታቸውም በዚያ ላይ ነው፡፡

አንድ ሰው በሚኖርበት ማሕበረሰብ አካባቢ አንድን ጥናት ማድረግ ፈለገ፡፡ ከጥናቱ ሊያገኝ የፈለገው እውነታ ይህንን ይመስላል፡፡ በአንድ በኩል ትኩረታቸው ከላይ ለሰዎች የሚታየውን ብቻ ቀባ ቀባ ማድረግ የሆነና ለታይታ ብቻ የሚኖሩ ሰዎችን የሕይወት ሁኔታ ማወቅ ፈለገ፡፡ በሌላ ጎኑ ደግሞ ለታይታ ብቻ ሳይሆን በትክክለኛውና

በሕይወት ላይ ለውጥ በሚያመጣው ነገር ላይ የሚያተኩሩ ሰዎችን ሁኔታ መገንዘብ ተመኘ:: ይህንን ሁኔታ በቀላሉ ለማወቅ የሚችልበትን ዘይቤ ሲፈልግ አንድ ነገር ብልጭ አለለት:: በየሰፈሩ እየተዘዋወረ ፈቃድን ባገኘበት ቤት ሁሉ እየገባ አንድን ጥያቄ መጠየቅ ጀመረ:: ጥያቄው አጭርና ግልጽ ነበር:- “በቤትዎት ካለው ሶፋ እና አልጋ በዋጋ የትኛው ይበልጣል? እነዚህንስ እቃዎች ሲገዙ ብዙ ትኩረት የሰጡበት የትኛውን ነው? ብዙ ዋጋ ላወጡበት እቃስ ያንን ያህል ዋጋ እንዲያወጡ ያነሳሳዎት ምንድን ነው?” የሚል ነበር:: እነዚህን ሶስት ጥያቄዎች ከጠየቀ በኋላ የሰዎቹን የአኗኗር ሁኔታ በቀስታ ያጤን ነበር:: በመቶ የሚቆጠሩ ቤቶችን በመጎብኘት ይህንን መጠይቅ ለማቅረብና መረጃ ለመሰብሰብ ወደ አንድ አመት ፈጅቶበታል:: በመጨረሻ ያገኘው መልስ ሲጨመቅ አስገራሚ ስእል አመላከተው::

በዚህ ጥናታዊ መጠይቅ ላይ ከተሳተፉት ሰዎች አብዛኛዎቹ ለገዙት አልጋ ካወጡት ዋጋ ይልቅ በብዙ እጥፍ የከፈሉት ለሶፋቸው ነበር:: ከዚህ በላይ ግዢውን ሲፈጽሙ ብዙ አማራጭ ለማግኘት ጊዜን የወሰዱትና ብዙ ሰው ያማከሩበት እቃ ሶፋው ነበር:: አልጋ ለመግዛት ካወጡት ገንዘብና ለምርጫ ካሳለፉት ጊዜ ይልቅ በሶፋ ላይ የበለጠ ገንዘብና ጊዜ የማውጣታቸውን ምክንያት ሲጠየቁ የሰጡት መልስ ሲጨመቅ፣ “ሰዎች ሲገቡ የሚያዩት ሶፋውን ስለሆነ ነው፣ አልጋውንማ ማን ያየዋል?” የሚል ነበር:: ግኝቱ ይህ ነው:- አንድ ሰው በቀን ውስጥ በአማካኝ ሰባት ወይም ስምንት ሰዓታትን በአልጋው ላይ ያሳልፋል:: በቀን በሶፋው ላይ ተቀምጦ የሚያሳልፈው ጊዜ ግን በአማካኝ ከሶስትና ከአራት ሰዓት በላይ አይሆንም:: ስምንት ሰዓታት ሰውነቱን ጥሎበት የሚያሳልፈው ይህ አልጋ የተሰኘው ነገር በአካላዊ ጤንነቱ ላይ ይህ ነው የማይባል ስፍራ አለው:: በተጨማሪም ከማይመች አልጋ የሚመጣ የእንቅልፍ ማጣት ችግር ለቀን ተግባር ስኬታማነት ወሳኝ መሆኑም እሙን ነው::

አስፈላጊ ከሆኑት በሕልውናችንና በስኬታማነታችን ላይ ዘላቂ ተጽእኖ ከሚያመጡት የሕይወታችን ጉዳዮች ላይ ትኩረታችንን ማንሳት ብዙ አሉታዊ ተጽእኖዎች አሉት::

እንዲህ አይነቱ አካሄድ ከታይታ ወደማያልፉ ነገሮች እንድንዞርና ብዙ ውድ ነገሮቻችንን እንድናባክን አሳልፎ ይሰጠናል፡፡ ለምሳሌ ጊዜአችንን፣ ገንዘባችንንና ሃሳባችን በተለያዩ ጊዜአዊ በሆኑ ጉዳዮች ላይ የመበታተን የሕይወት ዘይቤ ውስጥ እንገባለን፡፡ ትኩረቱን ከጊዜአዊውና ለታይታ ከሆነው ነገር ላይ በማንሳት ወደ አስፈላጊውና ወደ ዘላቂው ነገር ያዞረ ሰው ለጊዜው ሰዎች አይተው የሚያደንቁለት ነገር ባይኖረውም እንኳ ለነገ እንደሚሰራ ያውቀዋል፡፡

ለታይታ መኖር የዘመናችን ችግር ነው፡፡ እኛ በፍጹም ተጠቅመንባቸው የማናውቃቸው እንግዳ ሲመጣ ብቻ የሚወጡት ምቹና ደስ የሚያሰኙ እቃዎቻችን ብዙ ናቸው፡፡ በእነዚህ እቃዎቻችን ላይ የፈሰሰው ገንዘብ የእኛን የኑሮ ጥራት ለማሻሻል መሆን ሲገባው አልፎ አልፎ ብቅ ብሎ ለሚሄድ እንግዳ መደሰቻና "ይህና ያኛው እቃ እኮ አለን" የሚለውን መልእክት በድምጽ-አልባ ንግግር ለማስጮህ ካልሆነ በስተቀር ምን ትርጉም አለው? የማንመገበው እህል ሰው እንዲያየው ደጅ ቢሰጣ ምን ዋጋ አለው? የቤቴን መሰረታዊ ነገር ሳላሟላ በየካፌው ለሰው ብከፍል ትርፉ ምንድን ነው? በሰው ለመታየት ከመጣጣሬ በፊት በመጀመሪያ የግል ኑሮዬንና የቤተሰቤን ሁኔታ በሚገባ ለማየት መጣጣር ይኖብኛል፡፡ ውጫችንን አይቶ ያደነቀን አይን ለውስጣችን ጤንነት ምንም አይነት መዋጮ አያደርግልንም፡፡ የሶፋችንን ማማር የተመለከተ ሰው ያሳየን መገረም የሚያስገርም እንቅልፍ ትቶልን አይሄድም፡፡ የውጭ ገጽታና ውበት እጅግ መልካምና የራሱ የሆነ ጥቅም ያለው የመሆኑ ጉዳይ እንደተጠበቀ ሆኖ በመጀመሪያ ሊቀድም የሚገባው የአስፈላጊውና የመሰረታዊው የኑሮአችን ሁኔታ መስተካከሉ ነው፡፡

የሚታየውንና ጥቅሙ ውስን የሆነውን የኑሮአችንን ሁኔታ ከማይታየውና ጥቅሙ እጅግ የላቀ እንዲሁም ደግሞ ዘላቂ ከሆነው ሁኔታ ለመለየት ልናስታውሳቸው የምንችላቸው እውነታዎች አሉን፡፡ ምናልባት ለረጅም አመታት ከለመድነው የኑሮ ዘይቤ ለመላቀቅ ከባድ ቢሆንም እንኳ የማይቻል አይደለምና ዛሬውኑ ጉዞውን መጀመር እንችላለን፡፡

> ትኩረቱን ከጊዜአዊውና ለታይታ ከሆነው ነገር ላይ በማንሳት ወደ አስፈላጊውና ወደ ዘላቂው ነገር ያዞረ ሰው ለጊዜው ሰዎች አይተው የሚያደንቁለት ነገር ባይኖረውም እንኳ ለነገ እንደሚሰራ ያውቀዋል፡፡

ከስውር የዝቅተኝነት ስሜት ተላቀቅ

ለታይታ ለመኖር የመጣጣር አንዱ ምንጭ የዝቅተኝነት ስሜት ነው፡፡ ከሌሎች በታች የሆንን ሲመስለንና በዚህ ስሜት በስውር ስንጠቃ አውቀነውም ሆነ ሳናውቀው ራሳችንን ከሌላው ለማስተካከል ወይም የበለጥን እንደሆንን ለማሳየት ስንጣጣር እንታያለን፡፡ ይህ ጥረታችን አንዳንድ ጊዜ ለእኛ አይታየንም፣ ለሌሎች ሰዎች ግን ግልጽ ነው፡፡ ሆኖም፣ ምንም እንኳ የሌለንን እንዳለን በማስመሰል ጊዜአዊውን የዝቅተኝነት ስሜት ብናልፈውም ከእኛ ሊለይ የማይችል የውስጥ ባዶነት እንደተከተለን ይኖራል፡፡ ይህንን ውጭው ያማረ ውስጡ ግን ያዘመመ የኑሮ ሁኔታ ለማሸነፍ በራስ ላይ ያለንን ግምት ማስተካከል አማራጭ የሌለው እርምጃ ነው፡፡

የትርጉም ማስተካከያ አድርግ

ትክክለኛ ኑሮ ማለት እኛ ሲመቸን እንጂ በእኛ ሁኔታ ሌላው ሲገረም ማለት አይደለም፡፡ ዘላቂ ስኬት ማለት እኛ ተመችቶን ለሌላው ስንተርፍ እንጂ እውነተኛውና በጓዳ ያለው ኑሮአችን ወድቆ በውጫዊው "ውበታችን" ሌላው ሲገረም ማለት አይደለም፡፡ ሰው ከልክ በላይ ለብሶና አምሮበት በዚያም ሁኔታ ተደንቆ ለቤተሰቡ ህልውና ወሳኝ የሆኑትን

ጉዳዮች ችላ ቢል ውጤቱ ምንድን ነው? ሰው በየካፌው ላገኘው ሁሉ ካልከፈልኩ ብሎ ሲሟገት ቆይቶ የቤተሰቡን መሰረታዊ ፍላጎት የማሟላት ጉዳይ ግን ሲታገለው ምን ይባላል? ምናልባት በየቀኑ ለሰው የሚከፍለውን የግብዣ ወጪ ቢቀንስ ልጆቹን የተሻለ ትምህርት ቤት ማስገባት ይችል ይሆን?

የእቅድ ሰው ሁን

ከሰው ጋር መወዳደርን አቁምና ለራስህና ለቤተሰብህ መሻሻል ካወጣኸው እቅድ አንጻር መሮጥ ጀምር፡፡ በውድድርና በፉክክር የሚገኝ ውጤት አንጻራዊ ነው፡፡ በሌላ አባባል፣ ከሌሎች በልጠህ ራስህን አግኝተኸው መድረስ ከምትችለውና ከሚገባህ የሕይወት ደረጃ በታች ራስህን ልታገኘው ትችላለህ፡፡ ትክክለኛ ስኬት ማለት ከሌላው በልጦ መታየት ማለት አይደለም፡፡ ትክክለኛ ስኬት ማለት የት መድረስ እንደሚፈልጉ ማወቅና በዚያ አቅጣጫ በመገስገስ፣ በሂደቱም መርካት ማለት ነው፡፡ ይህኛው ትክክለኛው የስኬት ስእል የገባው ሰው ማን ምን አገኘ? ማን ምን መሰለ? ወይም ደግሞ የዘመኑ ነገር ምንድን ነው? ከማለቱ በፊት ዓላማዬ ምንድን ነው? ብሎ ይጠይቃል፡፡

14

ከፍርድ ነጻ የሆነ ሳምንት

ከሰው ጉዳይ ላይ የመውጣት ምስጢር

"ወሳኙና ትኩረታችንን ልንጥልበት የሚገባው ነገር
የሌላው ሰው ጉዳይና ደካማ ጎን ላይ ሳይሆን
የራሳችን ጉዳይ ላይ ሊሆን ይገባዋል"

የትኩረትን ኃይል በሚገባ የተገነዘበ ሰው ከማያገባውና እሱን ከማይመለከተው የሰው ጉዳይ ራሱን ያገለለ ሰው ነው፡፡ ስለ ሰዎች ስህተትና ጉድለት ማሰብ የሚገባው ጊዜ እንዳለ ያውቃል፡፡ ሆኖም ያንን የሚያደርገው ሰዎቹን በምን መልክ ሊደግፋቸው እንደሚችልና የመፍትሄ ምክንያት ከመሆን አንጻር እንጂ ስለነሱ በማሰላሰልና በማውራት ስውር የድል ስሜት ለማግኘት አይደለም፡፡

አንድ በጣም የታወቀ የስኬት ኮች በመካከለኛ እድሜ ላይ የሚገኙ ስኬት የጠማቸው ነጋዴዎችን ለተወሰኑ ሳምንታት ስልጠና በመስጠት ላይ ነው፡፡ የሳምንቱ የስልጠና ርእስ ከዋናው ዓላማችን የሚያስወጡንን ተጽእኖዎች ስለማስወገድ ነው፡፡ በእያንዳንዱ ሳምንት በአንድ አስፈላጊ ርእስ ላይ መመሪያ ከሰጣቸው በኋላ የሳምንቱን የቤት ስራ

ይሰጣቸዋል፡፡ በእለቱ ከሰጣቸው ትኩረትን የመሰብሰብ ትምህርቶች መካከል አንድ አስፈላጊ ነጥብ ይገኝበታል፡፡ "አብዛኛውን ጊዜ" አለ ሃሳቡን ሲያብራራው፣ "ከዋናው ተግባራችን ሃሳባችንን በመስረቅና ትኩረታችንን በመውሰድ ጊዜአችንን የሚያባክኑብን ሁኔታዎች በማያገባን የሰዎች ጉዳይ ላይ መግባት ነው"፡፡ ይህንና ሌሎችን ሃሳቦች ከተናገረ በኋላ የሳምንቱን የቤት ስራ ሰጣቸው፡፡ "የዚህ ሳምንት የቤት ስራ ቀላል ነው፡፡ በዚህ ሳምንት ስለማንኛውም ሰው ማንነትና ተግባር ምንም አይነት የፍርድም ሆነ የሃሜት ሃሳብ ሳታስተናግዱ ለመቆየት ሞክሩ፡፡ ከሰዎች ጋርም ስትገናኙ ስለሌላ ሰው ምንም አይነት አሉታዊ ነገሮችን ላለመወያየት ጥረት አድርጉ፡፡ ይህንን ካደረጋችሁ በኋላ ይህንን ማድረግ ምን ያህል ቀላል ወይም ከባድ እንደነበረ ልምምዳችሁን ለሌሎች የስልጠና ተሳታፊዎች ለማካፈል ተዘጋጅታችሁ ኑ"፡፡

ሳምንቱ አልፎ ሁሉም የተሰጠውን የቤት ስራ ለማከናወን ሲታገል ቆይቶ ውጤቱን ይዞ መጥቷል፡፡ ማንም ሰው እጁን በማውጣት ስሜቱንና ገጠመኙን እንዲናገር ሲፈቀድ እጆች መውጣትና ሃሳቦች መሰንዘር ተጀመረ፡፡ አንዱ፣ "ስለሌላ ሰው ምንም አይነት የፍርድ ሃሳብ ላለማሰብ ሙከራ ባደረኩበት በዚህ ሳምንት የማስበው አጣሁ" አለ፡፡ ሲቀጥልም፣ "ለካስ አብዛኛዎቹ ሃሳቦቼ የተሞሉት ማን ምን እንዳደረገ፣ ማን ምን እንደመሰለ እና የመሳሰሉት በሰዎች ስህተት ላይ ያተኮረ ነበር፡፡ እነዚህን ሃሳቦች ሳቆም ሌሎች ነገሮችን ለማሰብ ብዙ ጊዜ ላገኝ እንደምችል ገባኝ" አለ፡፡ ሌላኛው ቀጠል አድርጎ፣ "እኔ የገባኝ አንድ ነገር ስለሰዎች ውድቀት ስህተትና ሌሎችም የወቀሳና የፍርድ ሃሳቦችን ማሰብ እንዴት በቀላሉ የሚለመድ እንደሆነና ስለሰዎችም ሆነ ስለሁኔታዎች ጤናማ ጤናማውን ማሰብ እንዴት ከባድ እንደሆነ ገባኝ፡፡ ይህንን የአስተሳሰብ ሂደት ለመለወጥ ከባድ እንደሆነና መደረግ ግን ያለበት እውነታ እንደሆነ ተገነዘብኩ" አለ፡፡ አብዛኛዎች ሰልጣኞች የሚናገሩት ነገር ነበራቸው፡፡ በመጨረሻም ለአንድ ሰው እድል ሲሰጥ በአጭሩ እንዲህ አለ፣ "ልክ ስለ ሰዎች የፍርድ፣ የሃሜትና የመሳሰሉትን አይነት ንግግሮች ማሰብና መናገር እንደማልፈልግ እንዳወቁ በየቀኑ ሊያገኙኝ የሚፈልጉ

ጓደኞቼ እኔን የማግኘት ፍላጎት አጡ:: እኔ የገባኝ፣ በየቀኑ እንድንገናኝ የሚያነሳሳን ነገር ስለ ሌሎች ሰዎች የምናመጣቸው ተራ ወሬዎች እንደሆኑ ነው::”

በየቀኑ በሌላው ሰው ጉዳይ ጣልቃ ሲገቡ ራሳቸውን የሚያገኙ ሰዎች የሚያባክኑት ጊዜና ጉልበት ቀላል አይደለም:: ስለሌላው ሰው የፍርድን ነገር ማሰብና መናገር ቢያቆሙ ለራሳቸው፣ ለስራቸውም ሆነ ለሌላው ሰው የሚጠቅምን ነገር ለማሰብ ጊዜን ያገኙ ነበር:: ይህ ሰው ያጠፋውን ጥፋትና የሚገባውን ቅጣት ሲያሰላስሉ፣ ስለዚያኛው ሰው ደግሞ የሚወራውን ወሬ ወደ ሌላኛው ሰው ሲያስተላልፉ ከንቱነትን ይከተላሉ:: ያተኮረ የሕይወት ዘይቤን ስለተሰረቁ ከእነርሱ የግል ሕይወት ጋር በፍጹም ግንኙነት በሌለው የሌሎች ሰዎች ጉዳይ ላይ ሃሳብን በመጣል ጊዜን የማባከንና ስኬትን የማገድ ተጽእኖ ውስጥ ራሳቸውን ያገኙታል::

ከላይ ባነበብነው ታሪክ ውስጥ የተጠቀሰው አንደኛው ሰው እንዳለው ምናልባት ስለሌሎች ውድቀትና ስህተት ማሰብ ስታቆም የምታስበው እስከምታጣ ድረስ ልትቸገር ትችላለህ፤ አስተሳሰብን ንድፍ መለወጥ ጊዜ ይወስዳልና:: እንዲሁም የሰዎችን ችግር እየለቀሙ ከሌሌሎች ጋር የማውራት ልማድን መቀነስ ስትጀምር አብሮህ ማሳለፍ የሚፈልግ ሰው እስከታጣ ድረስ ልትቸገር ትችላለህ፤ ምክንያቱም የብዙ ሰዎች ግንኙነት የተመሰረተው የሌሎችን ሰዎች ሁኔታ በማውጣትና በማውረድ ላይ ስለሆነ ነው:: በዚህ ሁኔታ መቸገርህ ግን ከዚህ አስፈላጊ እርምጃ ሊገታህ አይገባም::

እንደ እውነቱ ከሆነ ስለ ሰዎች ሁኔታ ማሰብና ማውራትን ሙሉ ለሙሉ እናቆማለን ማለት የሕልም እንጀራ ሊሆን ይችላል:: ነገር ግን የምናስባቸውን ሃሳቦችና የምናወራቸውን ወሬዎች የመጨረሻ ዓላማ ሰዎቹን ለማቅናትና እነሱን ለማገዝ ወደማድረግ ማዘንበል እንችላለን:: በዚህ ጉዳይ ላይ በሚገባ ማሰብ ከፈለግህ ከዚህ በታች አንዳንድ እገዛ ሊሰጡህ የሚችሉ እውነታዎች ተጠቅሰውልሃል::

የራስህን ጉድለት አስብ

ስለሌላ ሰው ማስብ ከመጀመርህ በፊት በመጀመሪያ የግልህን ደካማ ጎን ወይም ስለሰራሃቸው ስህተቶች ማሰብ መጀመር ትችላለህ። በመቀጠልም፣ አንድ ይህንን ደካማ ጎንህን የሚያውቅ ሰው ጓደኞቹን ሰብስቦ ስለዚህ ስለአንተ ሁኔታ ጥሩ ባልሆነ መልኩ እንደሚያወሩ ብታውቅ ምን ሊሰማህ እንደሚችል አስብ። በአጭሩ፣ ሰዎች በአንተ ላይ እንዲያደርጉብህ የማትፈልገውን ነገር አንተም በእነሱ ላይ ላለማድረግ ብትጣጣር ጨዋ የሚባሉ ሰዎች የገቡበት መስመር ውስጥ ትገባለህ። ራስህን ወደ መቀበልና እንዲሁም በራስህና በአመለካከትህ ደስ ወደ መሰኘት ደረጃ ከመድረስህም ባሻገር በሰዎች የሚወደድ ባህሪ ማዳበር ትጀምራለህ።

አእምሮህን አሰራ

ልታከናውናቸው የምትፈልጋቸው እቅዶች ቢበዙልህና ወደዚያ አቅጣጫ ለመዝለቅ ማሰላሰልንና ብልሃቶችን መቀየስ ብትጀምር ብዙም ሳትቆይ ስለሌላው ሰው የማሰላሰልና የማውራት ጊዜ ማጣት ትጀምራለህ። ምናልባትም የምታነባቸው መጽሐፎች ቢኖሩህና ከአዳዲስ አሳቦች ጋር በግልህ መተዋወቅ ብትጀምር አእምሮህ መልካም መልካሙን እንዲያስብ ከማድረግህም በላይ ከምታነባቸው ጥሩ ነገሮች የተነሳ ደረጃህ ይጨምራል። የሚሰራው፣ የሚያነበውና የሚፈጥረው አዳዲስ ነገር የሌለው ሰው የሚያወራው ነገር ይበዛለታል። በማንኛውም ተቋምም ሆነ ማህበራዊ ኑሮ ውስጥ ተመልከት፣ የሚያወሩት ሰዎች ብዙም የማይሰሩት ናቸው።

> የሰዎችን ችግር እየለቀሙ ከሌሎች ጋር የማውራት ልማድን መቀነስ ስትጀምር አብሮህ ማሳለፍ የሚፈልግ ሰው እስከታጣ ድረስ ልትቸገር ትችላለህ፤ ምክንያቱም የብዙ ሰዎች ግንኙነት የተመሰረተው የሌሎችን ሰዎች ሁኔታ በማውጣትና በማውረድ ላይ ስለሆነ ነው።

የወሬ አይነቶችን ለይ

አንዳንድ ሰዎች ያልተፈጠረን ፈጥረው በማውራት የተካኑ ስለሆኑ በሰዎች ላይ እንዲሆን የሚመኙትን ነገር በወሬ መልክ ማናፈስ ይወዳሉ፡፡ ሌሎች ደግሞ ጥቂት እውነትነት ያለውን ነገር በመያዝና በማስፋት ያራግቡታል፡፡ ከዚህ ለየት ያለው ሁኔታ ግን እውነትነት ያለውና ምንም ያልተጋነነ ሆኖ ሳለ ለሰሚው የማይጠቅምና የተወራበትን ሰው የሚጎዳው አይነት ወሬ ነው፡፡ በሌላ አባባል፣ አንድ ወሬ እውነት ስለሆነ ብቻ አይወራም፡፡ እንደ ስነ-ልቦና አዋቂዎች ምክር አንድ አሉታዊ ነገር ከተናገርን በኋላ ያንን ለመቀልበስ ከሰባት ጊዜ በላይ የሆኑ አዎንታዊ ነገሮችን መናገር ይኖርብናል፡፡ የወሬኛነት ጣጣው ብዙ ነውና፣ ከማውራት አለማውራት ይመረጣል፡፡

15

የቀጭን ገመድ ላይ እርምጃ

አድናቂን ከአጋር የመለየት ምስጢር

> "ወሳኙና ትኩረታችንን ልንጥልበት የሚገባው ነገር ሰዎች እኛን የመደገፋቸውና ያለመደገፋቸው ጉዳይ ብቻ ላይ ሳይሆን እኛ በማንነታችንና በዓላማችን የማመናችንና የመዝለቃችንም ጉዳይ ላይ ሊሆን ይገባዋል"

የትኩረት እውነታ የገባው ሰው ተቀባይነትን ከሰዎች ሁሉ እንደማያገኝ ያውቃል፡፡ ሰዎች በእርሱ ላይ ያላቸው ሃሳብ በየጊዜውና እንደ አየሩ ጸባይ ሊለዋወጥ እንደሚችል ያውቃል፡፡ ሰዎች ሁሉ ቢቀበሉትና ቢደግፉት ነገሩ እጅግ ውብ እንደሆነ ያውቃል፣ ነገር ግን ይህንን እድል ሁል ጊዜ እንደማያገኘው ስለሚያውቅ ጉልበቱንና ትኩረቱን በመሰብሰብ ዋና ዓላማው ላይ ያውላል፡፡

ቻርልስ ብሎንዲን (Charles Blondin) በቀጭን ገመድ ላይ በመራመድ የታወቀ ፈረንሳዊ ነው፡፡ በዘመኑ እጅግ ዝነኛ የነበረው ይህ ሰው ከአንድ ግዙፍ ህንጻ ወደሌላኛው ህንጻ በተዘረጋ ቀጭን ገመድ ላይ በመራመድ ተመልካቹን ትንፋሽ

በማሳጠር የታወቀ ሰው ነው። በቀጭን ገመድ ላይ ከተራመደባቸው የከፍታ ስፍራዎች አንዱ በአሜሪካና በካናዳ ጠረፍ ላይ በሚገኘው ናያግራ ፏፏቴ (Niagara Falls) ከፍታ ላይ ያደረገው ይደነቅለታል። ከአሜሪካ ግዛት እስከ ካናዳ ግዛት የፏፏቴው ጥጎች የተዘረጋውን ቀጭን ገመድ በመራመድ ከተሻገረ በኋላ እንደገና ወደ አሜሪካው ግዛት በገመዱ ላይ ሲመለስ የሚመለከተው ህዝብ ስለእርሱ ጭንቅ ይዞት ነበር። የሕዝቡ ጩኸት ቀልጧል። "አንተን የሚያክል የለም፣ ጀግና ነህ ... " አሉት። ሁሉም ሰው ከተረጋጋ በኋላ ሕዝቡን ካመሰገነ በኋላ አንድ ጥያቄ ጠየቃቸው፣ "በእርግጥም ጎበዝ እንደሆንኩ ታምናላችሁ?" አላቸው። ሕዝቡ በአንድ ድምጽ፣ "አንተ የምታደርገውን ሊያደርግ የሚችል ፈጽሞ አይገኝም፤ ምንም ነገር ማድረግ ትችላለህ" በማለት አረጋገጡለት። "ይህን ያህል ካመናችሁብኝ ከእናንተ መካከል በትከሻዬ ላይ ተሸክሜው እንደገና በዚህ ቀጭን ገመድ ላይ እንድራመድ ፈቃደኛ የሆነ ሰው ማን ነው?" አለ። ሕዝቡ በጸጥታ ተሞላ። አንድም ሰው ፈቃደኛ ሊሆን አልፈለገም። ብሎንዲን ወደ አንድ የቅርብ ወዳጁ ዘወር በማለት ፈቃደኝነቱን ጠየቀው። ይህ ወዳጁ ከፍታን እጅግ የሚፈራ ሰው ነው። ትንሽ የወላወለው ይህ ወዳጁ በመጨረሻ ተስማማና ትከሻው ላይ ሆኖ ያንን አስፈሪ ከፍታ አብረው ተሻገሩ። ይህ የቀጭን ገመድ ተራማጅ አድናቂዎቹ ብዙዎች፣ አጋሩ ግን አንድ ሰው እንደ ነበር የተገለጠለት ያን ቀን ነው።

ያደነቀው ሰው ሁሉ እንደሚከተለውና እንደሚደግፈው የሚያስብ ሰው የኋላ ኋላ ለተስፋ መቁረጥ ራሱን የሚያዘጋጅ ሰው ነው። እንደዚህ አይነቱ ሰው ስኬቱን የሚመዝነው ማን እንደተቀበለውና ማን እንዳልተቀበለው ካጣራ በኋላ ነው። ትኩረቱ ሁሉ ከሰው ጋር የተያያዘ ነው። ከሰዎች የተቃውሞንም ሆነ እሱን ያለመደገፍ ዝንባሌ የተመለከተ ቀን ደብቶት ይውላል፤ ከዋናው ዓላማውም ይተኳኋላል። አንዳንድ ጊዜ ሰዎች ለእኛ በሚነግሩንና ስለ እኛ በትክክል በሚያስቡት ሃሳብ መካከል ያለውን ልዩነት ብናውቅ በድንጋጤ ልንመታ እንችላለን። ትክክለኛውን በእኛ ላይ ያላቸውን አመለካከት ሳይሆን እኛ መስማት የምንፈልገውን ብቻ መርጠው የሚነግሩን ሰዎች ብዙ ናቸውና።

በዚህ ምድር ላይ ምንም አይነት ግሩም የሆነና ለሕብረተሰቡ የሚጠቅም አላማ ይዘህ ብትነሳ የሚቃወምህ ሰው አታጣም:: በተቃራኒው፣ ምንም አይነት ለሰሚው አስደንጋጭ የሆነን አላማ አራማጅ ብትሆንና የምታራምደውም አላማ ለሕብረተሰቡ የማይጠቅም፣ ምናልባትም የሚጎዳ ቢሆንም እንኳ የሚደግፍህ ሰው አታጣም:: ይህ ክስተት በአለማችን ውስጥ ታሪክ ራሱን በመድገምና በመደጋገም ያስመሰከረው ጉዳይ ነው::

አብዛኛውን ጊዜ ያመንበትን አላማ ትክክለኛነት እርግጠኛ ከመሆንና በዚያም አላማ ከመጽናት ውጪ ብዙም ምርጫ የለንም:: ይህንን ለማድረግ ደግሞ የማይቀበሉንን ሰዎች ሁኔታ ተወት በማድረግ በሚቀበሉን ሰዎች ላይ ማተኮር የግድ ነው::

የአንድ ሰው ህልውና የሚወሰነው በደገፈውና በተቃወመው ሰው ብዛት አለመሆኑን ማወቅ ከብዙ ድካም የሚያድን እውቀት ነው:: የአንድ አላማ መሳካትና አለመሳካት የሚወሰነው በአላማው ባመነበትና ባላመነበት ሰው ብዛት አለመሆኑንም መገንዘብ ወደፊት እንድንዘልቅ የሚያደርገን አስገራሚ እውቀት ነው:: አብዛኛውን ጊዜ ያመንበትን አላማ ትክክለኛነት እርግጠኛ ከመሆንና በዚያም አላማ ከመጽናት ውጪ ብዙም ምርጫ የለንም:: ይህንን ለማድረግ ደግሞ የማይቀበሉንን ሰዎች ሁኔታ ተወት በማድረግ በሚቀበሉን ሰዎች ላይ ማተኮር የግድ ነው:: በተጨማሪም ራሳችንንና አላማችንን የመቀበላችንንና በዚያም ላይ የማተኮራችንን ሁኔታ ብናዳብር በሌሎች ሰዎች አጉል ተጽእኖ ስር የመውደቃችንን እድል ጠባብ ያደርግልናል::

ከሰዎች መልካምን ነገርና ድጋፍን ጠብቀን ያልጠበቅነውን ስናገኝ አልፈን ለመዝለቅ እንዲያስችለን የተለያዩ የሰዎችን ሁኔታ ማወቅ አስፈላጊ ነው:: የተለያዩ ሰዎችን ባህሪይ ማወቅና የሚያደርጉትን ነገር ለምን እንደሚያደርጉት መገንዘብ ምን አይነት ሰዎችን

በምን አይነት ሁኔታ እንደምንይዛቸው ለማወቅ ያግዘናል፡፡ የሚከተሉትን ነጥቦች አንመልከት፡፡

ግራ የገባቸው

አንድ አንድ ሰዎች አጠቃላይ በሕይወት ላይ ያላቸው አመለካከት ግራ የተጋባና ለእነሱም ሆነ ለሌላው ሰው ግልጽ ያልሆነ ነው፡፡ እንደዚህ አይነት ሰዎች ለምን አላማ እንደቆሙ እንኳን ስለማያውቁት ዛሬ የደገፉትን ሰውና ሁኔታ ነገ የመቃወም ባህሪይ ሊንጸባረቅባቸው ይችላል፡፡ ይህ ሁኔታቸው ምናልባት መነሻው ክፉትና ጠማማነት ባይሆንም እንኳ ትኩረት ከሰጠነው አድካሚ ሊሆን ይችላል፡፡ እንደዚህ አይነት ሰዎች ሲደግፉን ድጋፋቸውን ከማስተናገድና ከመጠቀም፣ ችላ ሲሉን ደግሞ ትኩረትን ሰብስብ አድርጎ መንገድን ከመቀጠል ውጪ ምናልባት ብዙም ምርጫ ላይኖረን ይችላል፡፡

መስሎ አዳሪዎች

አንዳንድ ሰዎች እንዲሁ በሄዱበት ሁሉ የሚያጋጥማቸውን ሁኔታና ሰው መስሎ የማደር አጉል ልማድ አላቸው፡፡ ይህ ዝንባሌ አብዛኛውን ጊዜ የሚመነጨው ከጥቅመኛነት ነው፡፡ ስለዚህም፣ ዛሬ እንደሚያገኙት የጥቅም አይነት ሊደግፉንም ሆነ ላይደግፉን ወይም ይባስ ብሎ ሊቃወሙን እንኳን ይችላሉ፡፡ ከእንደዚህ አይነት ሰዎች መራቅና መጠበቅ እጅግ አስፈላጊና ወሳኝ ጉዳይ ነው፡፡ ለጥቅም የሚኖር ሰው ጥቅሙን እስካገኘ ድረስ ምንም ነገር ከማድረግ የማይመለስና በአንድ ሕብረተሰብ ውስጥ የወረዱና ለተራ አመለካከት ራሳቸውን የሰጡ ሰዎች ናቸው ከሚባሉ የሕብረተሰቡ ክፍሎች እጅግ የወረደው አይነት ሰው ነው፡፡

ፈሪዎች

ፈሪዎች በአጭሩ ሲተረጎሙ፣ ከምንም ዓላማም ሆነ ሰው ጀርባ መታየት የማይፈልጉ አይነት ሰዎች ናቸው፡፡ እንደዚህ አይነት ሰዎች የአንድን ዓላማ አስፈላጊነት ቢያምኑበትም እንኳ ከዚያ ዓላማ ጀርባ መሰለፍ ሊያስከትል የሚችለውን ነገር ስሚፈሩ በምንም አይነት ነገር ውስጥ ራሳቸውን ማስገኘት አይፈልጉም፡፡ ለእንደዚህ አይነት ሰዎች ትኩረት መስጠት ከሁሉም በላይ ጊዜን የመብላት ተጽእኖ አለው፡፡ ምክንያቱም ለስላሳ አቀራረባቸው እንደሚደግፉንና እስከመጨረሻው አብረው እንደሚቆሙ የሚመስልን ገጽታ ስለሚሰጠን ነው፡፡ ሆኖም፣ በዚያ በጠበቅነው ሁኔታ ስለማናገኘው ጊዜያችንንና ስሜታችንን፣ ምናልባትም ገንዘብን ጨምሮ ከማባከን አናልፍም፡፡

16

"ዛሬ ካናዳ ሃብታም ሆነች!"

አንድነትን ከአንድ አይነትነት የመለየት ምስጢር

> "ወሳኙና ትኩረታችንን ልንጥልበት የሚገባው ነገር ከሰዎች ጋር ያለን አንድ አይነትነት ላይ ሳይሆን ያለን አንድነት ላይ ሊሆን ይገባዋል"

የትኩረት ምስጢር የገባው ሰው ከሌሎች ጋር ያለው ልዩነት የሚያስከትለውን ክፍተት ከማየቱ በፊት በልዩነቱ ምክንያት የሚጨመርለት ብርታት ላይ ያተኩራል፡፡ በአመለካከት፣ በቋንቋም ሆነ እንደ ልምምድ ባሉ ቅድመ ሁኔታዎች ለየት ያሉ ሰዎች ከዚያው ጋር እሱ ያላየውን ደረጃ እንደሚለግሱት ስለሚያውቅ ከሰዎች ጋር አንድነትን እንጂ አንድ አይነትነትን አይጠብቅም፡፡

አንድ ኢትጵያዊ ጓደኛዬ በካናዳ መኖር ከጀመረ ብዙ አመታትን አስቆጥሯል፡፡ የካናዳ ኑሮውን ከመጀመሩ በፊት በተለያዩ አገሮች አልፏል፡፡ ወደ ኋላ ዘወር ብሎ በሃገሩ በኢትዮጵያ የኖረባቸውን አመታት፣ ከዚያም አልፎ በተለያዩ አገሮች ያሳለፋቸውን ጊዜአት በማስታወስ ሲያጫውተኝ፣ "በሃገሬም ሆነ በተለያዩ አገሮች ባሳለፍኩባቸው

ጊዜአት የተለያየ ዘር፣ ቋንቋና አመለካከት ያላቸው ሰዎች አጋጥመውኛል፡፡ ሆኖም በዚህ በካናዳ ያጋጠመኝ አንድ ሁኔታ በሰዎች ልዩነት ላይ ያለኝን አመለካከት ለአንዴና ለመጨረሻ ጊዜ ለወጠው፡፡" ሁኔታው ምን እንደሆነ ለማወቅ ስለጓጓሁ ፈጥኜ ይህ ልምምዱ ምን እንደሆነ እንዲነግረኝ ጥያቄዬን አቀረብኩ፡፡ እሱም ምንም ሳያመነታ እንዲህ አለኝ፡፡ "በካናዳ የተወሰኑ አመታት ከኖርኩ በኋላ የዜግነት ጥያቄን አቀረብኩ፡፡ ተገቢውን ነገር ሁሉ ካሟላሁ በኋላ ተቀባይነት በማግኘቴ ተመሳሳይ ጥያቄ አቅርበው ተቀባይነት ካገኙ ከ20 በላይ የሚሆኑ የሌላ አገር ዜጎች ጋር በአንድነት ስርአቱን ለመካፈልና የዜግነት ምስክር ወረቀታችንን ለመቀበል በቀጠሮው ተገኘን፡፡ ይህንን ስርአት በማስፈጸም ላይ የነበረችው ሴት ገና ንግግሯን ስትጀምር የተናገረችው የመጀመሪያ ሃሳብ እንዲህ የሚል ነበር፣ "ዛሬ ካናዳ ሃብታም ሆነች!"፡፡ ይህቺ ሴት በልዩነት ላይ ያላት አመለካከት የእኔን አመለካከት ለወጠው፡፡ ልዩነት ለካ ሃብት ነው! ነገሩን በዚህ መልኩ በፍጹም አይቼው ስለማላውቅ አስገረመኝ፡፡

ለየት ያለ ሰው ሲያዩ የማይመቻቸውና ከዚያ ሰው ጋር ያላቸውን ልዩነት ብቻ የሚቆጥሩ ሰዎች ሃሳባቸውን ከዋናው ነገር ላይ ያነሱና ጉልበት አባካኞች ናቸው፡፡ እንዲህ አይነት ሰዎች ትኩረታቸውን በአንድነት ላይ ሳይሆን በልዩነት ላይ በማድረጋቸው ምክንያት ከዚያ ሰው ጋር በአንድነት ሊያከናውኑት የሚችሉት ዓላማ ላይ ከማተኮር ይልቅ በልዩነታቸው ምክንያት የማይቻለውን ነው የሚቆጥሩት፡፡ ከእነርሱ ለየት ያለ እይታና አመጣጥ ያላቸው ሰዎች በዚያው መጠን የልምምድን ጥልቀትና ስፋት ይዘው እንደሚመጡ ስላልገባቸው አመለካከታቸውን ሰፋ በማድረግና አብሮነትን ለመገንባት ክፍት በመሆን ወደፊት መዝለቅ ያስቸግራቸዋል፡፡

ልዩነት የማይቀር ጉዳይ ነው፣ ልዩነትን ተቀብሎ ለጥቅም ማዋል ግን የምርጫ ጉዳይ ነው፡፡ በዚህች እያነሰች በመጣች አለም ውስጥ የትም አገር ሂድ፣ ታይቶ ሊዘለቅ የማይችል ልዩነትን ትመለከታለህ፡፡ የቆዳ ቀለሙ ልዩነት፣ ቋንቋው ብዛት፣ አመለካከቱ ልዩነት፣ የባህሉ መለያየት፣ እያለ የልዩነቱ አይነት ይቀጥላል፡፡ በዓለም ላይ ያለውን

ልዩነት ለማጥናት ጉዞ የጀመረ ሰው ገና ከሃገራችን ሳይወጣ ተገርሞና መልስን አግኝቶ እንደሚሰበሰብ እርግጠኞች መሆን እንችላለን፡፡ በየአካባቢው ያለው የባህላችን ብዛትና ውበት፣ የቋንቋው ብዛትና ጣእም፣ የአደራረግ ዘይቤው መልከ ብዙነት፣ ታይቶ አይጠገብም፡፡

የልዩነታችን ሁኔታ ግን አይተነው ከመደሰት ያለፈ ጥቅም አለው፡፡ አንዱ ያላየውን ሌላው የማየቱ እድል፣ ያኛው ሰው ያልቻለውን ይህኛው ሰው የመቻሉ ብርታት፣ አንዱ ማድረግ የማይፈልገውን ሌላኛው ካላደረኩ ብሎ የመጓጓቱ ውበት ... አስገራሚ ነው፡፡ ሁሉም ሰው አንድን ነገር ተመልክቶ አንድ አይነት አመለካከት ቢኖረው እንዴት አሰልቺ ነበር፡፡ በአለም ላይ ያሉ ሴቶች ወይም ወንዶች በሙሉ መልካቸው፣ ቁመናቸው፣ አመለካከታቸው፣ የሚወዱትና የማይወዱት ነገር አንድ አይነት ቢሆን ኖሮ የፍቅረኛ ምርጫ ጉዳይ እንዴት ጣእሙን ባጣ ነበር፡፡

አንዱ ያላየውን ሌላው የማየቱ እድል፣ ያኛው ሰው ያልቻለውን ይህኛው ሰው የመቻሉ ብርታት፣ አንዱ ማድረግ የማይፈልገውን ሌላኛው ካላደረኩ ብሎ የመጓጓቱ ውበት ... አስገራሚ ነው፡፡ ሁሉም ሰው አንድን ነገር ተመልክቶ አንድ አይነት አመለካከት ቢኖረው እንዴት አሰልቺ ነበር፡፡

አሳን በእጁ የያዘን አንድን ሰው በይነ-ህሊናህ አስብ፡፡ ይህንን አሳ ወደ ላይ ቢወረውረው አሳው ጭራውን እያወራጨና ላለመውደቅ እየታገለ ወደታች ከመመለስና በሰውየው እጅ ላይ ወይም ከመሬት ላይ ከመውደቅ ውጪ ሌላ ምርጫ የለውም፡፡ ይህንን አሳ ግን ውሃ ውስጥ ቢጥለው ማመን እስከሚያስቸግር ድረስ “ቤተኛ” ሲሆን ልታየው ትችላለህ፡፡ ውሃ ቤቱ ነው፣ በቀላሉ ወዲህና ወዲህ በመዋኘት ዘና ይላል፡፡ ይኸው ሰው በእጁ አንድን ወፍ ይዞ እንደቆመ አስብ፡፡ ይህችን ወፍ ውኃ ውስጥ ቢጨምራት በጥቂት ሰከንዶች ውስጥ ከመሞት ውጪ ሌላ አማራጭ የላትም፡፡ ይህችንው ወፍ ግን ወደ ላይ

ቢወረውራት ተመልሶ አያገኛትም፤ ለማንነቷ ምቹ ወደሆነ ቀጠና ስለገባች በዚያው ትበርራለች፡፡ ልዩነት!

ልዩነት አስገራሚ ነገር ነው፡፡ የልዩትን ውበት አውቆ ደግሞ አያያዙን ማወቅ እጅግ የላቀ የሕይወት ዘይቤ ነው፡፡ በልዩነት ምክንያት ከአላማ ከመገታት ይልቅ በልዩነት ብርቱ ጎን ተጠቅሞ ወደተሻለ ደረጃ የሚዘልቁ ሰዎች የተለየ ግንዛቤን ያዳበሩና የበሰሉ ሰዎች ናቸው፡፡ እዚህ የበሰለ ደረጃ ለመድረስ የበቁ ሰዎች እውነታው የገባቸው ሰዎች ናቸው፡፡

እውነታ፤ - አንድም አንተን የሚመስል የለም

ከቤተሰብህ የወረስከው የማንነት ቅንብር፣ የአወላለድህ ሁኔታ፣ ከአስተዳደግ ያገኘኸው ልምምድህ፣ የተማርከው ትምህርት፣ የቆዳ ቀለምህ፣ ቋንቋህ፣ አመለካከትህና የመሳሰሉት ማንነትህን የመሰረቱ ሁኔታዎች ሲደመሩ በፍጹም አንተን ሊመስል የሚችል ሰው ሊገኝ እስከማይችል ድረስ ልዩ ያደርግሃል፡፡ ይህ ልዩነት ነው እንግዲህ ሌላው ያልቻለውን እንድትችል፣ ለሌላው ሰው ምንም ስሜት የማይሰጠው ነገር ለአንተ ስሜት እንዲሰጥህ፣ ሌላውን ሰው የማያጓጓው ነገር አንተን እንዲያጓጓህ የሚያደርገው፡፡ ይህ አስገራሚ ልዩነት ነው ላለህበት ሕብረተሰብ ድርሻህን “እንድታዋጣ” እድሉን የሚከፍትልህ፡፡ እንደማንኛውም ሰው ልዩ ነህ!

እውነታ - ከአንተ የተለየ ሁሉ ስህተተኛ አይደለም

የራስህን ለየት ማለት ካጤንክና ጥቅሙንም ከተገነዘብክ በኋላ አመለካከትህን ዘወር በማድረግ የሌላውን ሰው ልዩነት መመልከትና ማድነቅ ይጠበቅብሃል፡፡ ከአንተ ለየት ያለ ሰው ስትመለከት ሰውየው ስህተተኛ እንደሆነና አንድ ነገር እንደጎደለው ከማሰብ ይልቅ ከተመለከትከው ልዩነት የተነሳ ይህ ሰው ስላለው ብርታት ለማግኘት መሞከር ውብ የሆነ አመለካከት ነው፡፡ አንተ ከቤተሰብህ የወረስከው የማንነት ቅንብር፣ ከአስተዳደግ ያገኘኸው ልምምድህና የተማርከው ትምህርት እንዳለህና ከዚህ ሁኔታህ

የተነሳ ያለህን እይታ ሰዎች እንዲቀበሉልህ የመመኘትህን ያህል፣ ሌላው ሰው እንዲሁ እንደሆነ ማሰብ አስፈላጊና ወሳኝ ጉዳይ ነው፡፡

እውነታ - ከአንተ የተለየ ሰው የብርታት ምንጭ ነው

የተጋቡትና አብረው ለመኖር የወሰኑ ባልና ሚስቶች የሚወዱት፣ የሚመቻቸውና እንዲሁም የሚችሉትና የማይችሉት ነገር ሁሉ አንድ አይነት ቢሆን ሊከተል የሚችለውን ችግር ማወቅ አያስቸግርም፡፡ ለምሳሌ፣ አንዱ ማታ ንቁ ሆኖ ሌላኛው ግን ማታ ቶሎ በእንቅልፍ ወድቆ በማለዳ የሚነሳ ቢሆን ሁኔታው የብርታት እንጂ የችግር ምንጭ አይደለም፡፡ የአንዳንድ ሰዎች ችግር የጎደላቸውን ሊሞላላቸው የሚችለውን የሌሎችን ከእነሱ ለየት የማለት ሁኔታ እንደብርታት ከመቁጠርና ከመጠቀም ይልቅ ጭራሽ ሲቃወሙትና "እንደ እኔ ካልሆናችሁ አይመቸኝም" ሲሉ ይገኛሉ፡፡ የስህተት ሁሉ ስህተት! የሰዎች ልዩትን መቃወም ቀድሞውኑ ተሸንፎ መጀመር ማለት ነው፡፡

17

ቀናተኛው ንስር

መሻሻልን ከመሻል የመምረጥ ምስጢር

> "ወሳኙና ትኩረታችንን ልንጥልበት የሚገባው ነገር ከሌላው ሰው ብቃትና ስኬት በላይ የመሆናችን ጉዳይ ላይ ሳይሆን ከራሳችን እምቅ ብቃትና ግብ አንጻር የመዝለቃችን ጉዳይ ላይ ሊሆን ይገባዋል"

ትኩረታቸው፣ "የትኛው ሰው ምን ደረጃ ደረሰ? እንዴትስ ልብለጠው?" ሳይሆን "የሕይወቴ ግብ ምን ያህል ጥራት አለው? እንዴትስ እዚያ ደረጃ ልድረስ?" የሆነ ሰዎች ለስኬታቸው ወሰን የለውም:: የሌላውን ሰው ስኬት ከማየት አያቆሙም፣ ሆኖም ያንን የሚያደርጉት ከእነሱ ስኬት የሚማሩትን ተምረው ወደ ተሻለ ሁኔታ ለመዝለቅና ራሳቸውን ለማንሳት ነው እንጂ ሌላውን ለመጣል አይደለም::

የጥንት አፈ-ታሪክ ሁለት በአንድ አካባቢ ያደጉ ንስሮች እንደነበሩ ይነግረናል:: እነዚህ ንስሮች ፈጣንና ወደ ከፍታ በመብረር አደናቸውን ከሩቅ በማየት የታወቁ ነበሩ:: በመካከላቸው ግን ከባድ የሆነ ውጥረት አለ:: አንደኛው ንስር ከሌላኛው ንስር የበለጠ ከፍታ የመብረር ብቃት ስለነበረው ከእርሱ እኩል መብረር ያቃተው ንስር እጅግ

ይቀናበት ነበር፡፡ ቅንአቱ እየበረታ ሲሄድበት ይህንን በከፍታ የበለጠውን ጓደኛውን ለማጥፋት ወሰነ፡፡ በምን መልክ ሊያጠፋው እንደሚችል ሲያሰላስል ሳለ አንድ ቀስትን በእጁ የያዘ አዳኝ ሰው አገኘ፡፡ ወደ እርሱም ቀረብ በማለት ችግሩን አጫወተው፡፡ "ያ ንስር ይታይሃል?" አለው ቀና ብሎ በሚያስገርም ከፍታ ላይ በመብረር ላይ ያለውን ንስር እያሳየው፡፡ የማየት ብቃቱ ከንስር አይን ጋር ሊወዳደር ያልቻለው አዳኝ ሰው በመዳፉ የጸሃዩን ጨረር እየተከላከለ ለማየት ቢሞክርም ንስሩን ሊመለከተው አልቻለም፡፡ ይህ ሰው፣ "ንስሩ አይታየኝም፣ እጅግ ሩቅ ነው" ብሎ ለቀናተኛው ንስር መለሰለት፡፡ ይህ መልስ የቀናተኛውን ንስር ልብ ይበልጥ በምቀኝነት አቃጠለው - የጓደኛውን ወደከፍታ የመብረር ብቃት አስታውሶታልና፡፡ ጥቂት ጊዜ ከጠበቁ በኋላ ንስሩ አዳኙ ሊያየው ወደሚችልበት ቅርበት ስለወረደ ንግግራቸውን ቀጠሉ፡፡ ቀናተኛው ንስር ለአዳኙ፣ "እባክህ ይህንን ንስር በቀስትህ ግደልልኝ" አለው፡፡ አዳኙም፣ "ለምን?" አለው፡፡ ቀናተኛው ንስር "ከእኔ በላይ ከፍ ብሎ መብረር ስለሚችል ቀንቼ ነው"፡፡ አዳኙም፣ "በእኔ እምነት ከእርሱ ለመሻል ከመታገል ለመሻሻል ብትጥር ይሻልሃል፡፡ ያም ሆነ ይህ፣ ቀስት ጨርሻለሁ እንጂ የጠየከኝን ነገር አደርግልህ ነበር" ብሎ መለሰለት፡፡ ቀናተኛው ንስር ጥቂት ካሰበ በኋላ፣ አንደኛውን ክንፉን ጠጋ በማድረግ "አንዲትን ላባ ከክንፌ ላይ ንቀልና እንደ ቀስት ተጠቀምበት" አለው፡፡ በዚህ ተስማሙና አንድን ላባ ከንስሩ ክንፍ ላይ በመንቀል ቀስቱን ለጥጦ ተኮሰ፡፡ ኢላማውን ግን አላገኘውም፡፡ ይቅርታ ይህንን ንስር ቀስቴ አላገኘውም ብሎት ጉዞውን ሊቀጥል ሲል፣ ቀናተኛው ንስር አንዴ በድጋሚ እንዲሞክር ለመነው፡፡ ከሌላኛው ክንፉ ሌላን ላባ ነቅሎ ከተኮሰ በኋላ አሁንም ኢላማውን ስለሳተው ለመሄድ ተነሳ፡፡ ቀናተኛው ንስር ግን በቀላሉ ሊለቀው አልቻለም፡፡ በዚህ ሁኔታ ክንፉን እያፈራረቀ ለአዳኙ እየሰጠው ብዙ ላባ ካስነቀለ በኋላ ሰውየው ስለደከመው ጥሎት ሄደ፡፡ በሁኔታው የተበሳጨው ቀናተኛ ንስር ጉዞውን ለመቀጠል ሲሞክር ለካ ላባው ሁሉ ከክንፉ ላይ ተነቅሎ አልቆ ነበር፡፡ መብረር አልቻለም፡፡ ይህ ሕይወቱን ሙሉ በከፍታ ላይ በመብረር የታወቀው ንስር "ዶሮ" ሆኖ ቀረ፡፡

የትኩረት አስፈላጊነት የጠፋባቸው ሰዎች የመጨረሻ ምኞታቸው ከሌላው ሰው የተሻለ ሆኖ መታየት እንጂ ከግባቸው መድረስ አይደለም፡፡ ቀድሞውኑ የሕይወት ግብ ይኑራቸውና አይኑራቸው እንኳን በቅጡ እርግጠኞች አይደሉም፡፡ አንድ ደረጃ መድረሳቸውን የሚመዝኑት ባልደረሱት ሰዎች ሁኔታ ነው፣ ስኬታቸውን የሚለኩት ባልተሳካላቸው ሰዎች ብዛት ነው፡፡ የባከነና የተበታተነ ሕይወት! እንደዚህ አይነት ሰዎች የክብረ-ወሰናቸውን ጥግ የሚያስቀምጡት ከሌላው ሰው አንጻር ስለሆነ በውስጣቸው ያለው እምቅ ብቃት በፍጹም አያንቀሳቅሱትም፡፡ ስለሆነም፣ ሰፈሩና መንደሩ ካወጣው ገደብ ብዙም አልፈው አይሄዱም፡፡

የራስን ጤንነት ከሌላው ሰው ጤንነት አንጻር መመዘን እንዴት አደገኛ ነገር ነው! አልጋው ላይ ተኝቶ ሞቱን የሚጠብቀውን ሰው አይተህ ቆመህ መሄድህን እንደ ሙሉ ጤንነት ከቆጠርከው አደገኛ አንጻራዊነት ውስጥ ነው ያለኸው፡፡ የራስን ደረጃ ሌላው ሰው ከደረሰበት ደረጃ አንጻር ብቻ መመዘን እንዴት ያለ ውድቀት ነው! ስኬታማና መስመር ውስጥ የገባ ሕይወት የመመዘኛችን ሁኔታ አንጻራዊ ሲሆን እጅግ አደገኛ የሆነ ጉዳይ ነው፡፡ የራሴን ደረጃ ከገባኝ ነገርና ካወጣሁት ግብ አንጻር ሳይሆን ሌላው ሰው ካለበት ሁኔታ ጋር ብቻ ካነጻጸርኩት ያለሁበትንና የምሄድበትን የማላውቅ ግራ የተጋባሁ ሰው ነኝ፡፡ ትኩረቴን የሳበው እኔ ወዳየሁትና “መድረስ አለብኝ” ወዳልኩት ከፍታ የመገስገሴ ጉዳይ መሆኑ ቀርቶ ማን ምን ደረጃ ደረሰ የሚለው ጉዳይ ከሆነ ከወዲሁ የተሸነፍኩ ሰው ነኝ፡፡

ይህ፣ “ስኬት አንጻራዊ ሊሆን አይገባውም” ብለን የገለጽነው እውነታ የገባው ሰው የትኩረት ማስተካከያ ያደረገ ሰው ነው፡፡ በውስጡ አውጥቶና አውርዶ ከራሱ ጋር የተስማማባቸው ጠቃሚ አመለካከቶችን አዳብሯል፡፡ ከእነዚህ አመለካከቶች መካከል የሚከተሉት ዋና ዋናዎቹ ናቸው፡፡

አንተ እንድትነሳ ሌላው መውደቅ የለበትም

ሌሎች ሰዎች ሲወድቁ አንተ የተነሳህ ሲመስልህ፣ የሌሎች ሰዎች መክሰር የአንተ ማትረፍ ከመሰለህ፣ የእነሱ ስም መጥፋት የአንተ ልቀህ መገኘት ሲመስልህ፣ የእነሱ መጠላት አንተ መወደድ ሲመስልህ ትልቅ ስህተት ውስጥ እንዳለህ አትርሳ፡፡ የአንተ ስኬት ከሌላው ሰው ውድቀት ጋር ምንም አይነት ግንኙነት ሊኖረው አይችልም፣ እንደዚያ ሊመስልህም አይገባም፡፡ የውስጥ እርካታ የሚሰጥህ ጉዳይ ወዳወጣኸው ግብ መገስገስህ መሆኑ ቀርቶ ማን የቱ ጋር እንደወደቀና እንዳልተሳካለት መሆን ሲጀምር ከጤናማው የትኩረት ቀጠና ወጥተህ ብዙዎች ወደተሳሳቱበትና መጨረሻው ምን እንደሆነ ወደማይታወቀው ክልል ገብተሃል፡፡

ውድድርህን ከራህ ጋር አድርግ

ሰው የመሸነፍና የመበለጥ ስሜት ሲያጠቃው ከሌሎች ሰዎች ጋር መወዳደር ይጀምራል፡፡ ለእንደዚህ አይነቱ ሰው ሕይወት የማሸነፍና የመሸነፍ፣ የመብለጥና የመበለጥ መስከ ናት፡፡ ከሌሎች በልጦ እስካልተገኘ ድረስና እንዳሸነፈ እስካልተሰማው ድረስ ኑሮው ሙሉ አይመስለውም፡፡ ስለዚህም፣ ካለማቋረጥ ራሱን በውድድር ሜዳ ላይ ያገኘዋል፡፡ መብለጥና መበለጥ የሚባለውን የስሜት ቀውስ ምንጭ አልፎ የሄደ ሰው ግን ውድድሩ ሁሉ ከራሱ ጋር ነው፡፡ በመጀመሪያ ትናንት ካከናወነውና ነገ መድረስ ከሚፈልግበት

> የራሴን ደረጃ ከገባኝ ነገርና ካወጣሁት ግብ አንጻር ሳይሆን ሌላው ሰው ካለበት ሁኔታ ጋር ብቻ ካነጻጸርኩት ያለሁበትንና የምሄድበትን የማላውቅ ግራ የተጋባሁ ሰው ነኝ፡፡ ትኩረቴን የሳበው እኔ ወዳየሁትና "መድረስ አለብኝ" ወዳልኩት ከፍታ የመገስገሴ ጉዳይ መሆኑ ቀርቶ ማን ምን ደረጃ ደረሰ የሚለው ጉዳይ ከሆነ ከወዲሁ የተሸነፍኩ ሰው ነኝ፡፡

ዓላማ አንጻር ክብረ-ወሰንን ይመሰርታል፣ በመቀጠልም ያንን የራሱን ክብረ-ወሰን ለመስበር ወደ ፊት ይገሰግሳል፡፡

ግንባታ - ተኮር ሁን

አንዳንድ ሰዎች የሚያፈርሱትን እንጂ የሚገነቡትን አያውቁም፤ የሚቃወሙትን እንጂ የሚደግፉትን አያውቁም፤ ከምን እንደሚሸሹ እንጂ ምንን እንደሚከተሉ አያውቁም፤ የሚነቅሉትን እንጂ የሚተክሉትን አያውቁም፡፡ እንዲህ አይነት ሰዎች አይኖቻቸው የተከፈቱትና ትኩረታቸውን የሳበው ማን ምን ደረጃ እንደደረሰና በእንዴት አይነት ሁኔታ ያንን ሰው መግታት እንደሚቻል እንጂ እነሱ በምን አይነት ሁኔታ አሁን ካሉበት ደረጃ ወደሚቀጥለውና ወደ ተሻለው ደረጃ እንደሚደርሱ አይደለም፡፡ ግንባታ-ተኮር ሰዎች የዓላማ ሰዎች ናቸው፡፡ ከየት እንደተነሱና የት መድረስ እንደሚፈልጉ በሚገባ ከማወቃቸውም በላይ ሌላውን ሰው ከመደገፍ ውጪ ሌላ አላማ የላቸውም፡፡

18

"ሃብትህን ስላካፈልከኝ አመሰግንሃለሁ"

ከባለቤትነት ሸክም ነጻ የመሆን ምስጢር

> "ወሳኙና ትኩረታችንን ልንጥልበት የሚገባው ነገር ንብረቴ ነው የምንለው ነገር የመብዛቱ ጉዳይ ላይ ብቻ ሳይሆን ደስተኞች የመሆናችንም ጉዳይ ላይ ሊሆን ይገባዋል"

በዚህ ምድር ላይ ያላቸውን ዓላማ በሚገባ አውቀውና ለዚያ ዓላማቸውም ምን እንደሚያስፈልጋቸው ለይተው የተደላደሉ ሰዎች በእጃቸው እንዲገባ የሚፈልጉትን ነገር ከአላማቸው አንጻር የቃኙና ልካቸውን የሚያውቁ ሰዎች ናቸው፡፡ ይህ ዓላማ-መር አመለካከታቸውም "ሁሉም የእኔ ይሁን" ከሚለው አላስፈላጊ ልፋትና ከንቱ ምኞት ይጠብቃቸዋል፡፡

አንድ እጅግ ባለጠጋ የሆነ የወርቅና የተለያዩ የከበሩ ድንጋዮች ነጋዴ እንደነበረ ይነገራል፡፡ ከነበረበት መጠነኛ ኑሮ ወጥቶ አሁን ወዳለበት ብልጽግና ለመድረስና ይህንን ሁሉ ንብረት በእጁ ለማስገባት ብዙ ጎዳናዎችን አልፏል፡፡ ከሰረቃቸውና

ካታለላቸው ሰዎች ጋር ብዙ ጸብና ክስ ውስጥ ግብቶ ያውቃል፡፡ በተጨማሪም ከብዙ የቅርብ ዘመዶቹና ወዳጆቹ ጋር ተለያይቷል፡፡ በተለያዩ ጤና ቢስ መንገዶች ብዙ ንብረት በማካበት ይህንን ሱቅ ከከፈተ ጀምሮ ጭንቀቱ ጨምሯል፡፡ በማለዳ ወደ ሱቁ ይመጣል፣ የቀጠራቸውን ሰዎች ስለሚጠራጠራቸው ከልክ ያለፈ ቁጥጥር ያደርግባቸዋል፡፡ በቀን ውስጥ የሚያስገባው ገንዘብ ቁጥር ስፍር የለውም፤ ወጪውም የዚያንው ያህል ነው፡፡ ሱቁ በብዙ ወርቅ፣ ዳይመንድና የተለያዩ የከበሩ ድንጋዮች የተሞላ ነው፡፡ ሆኖም እቤቱ ሲሄድ ሌሊቱን በሙሉ ካለእንቅልፍ ነው የሚያድረው፡፡ አንድ ቀን አንድ ሰው ወደሱቁ ገብቶ ሊረሳው የማይችለውን ትምህርት ሰጥቶት ሄደ፡፡

ይህ ሰው የነጋዴውን በገንዘብ ላይ ያለውን ጤና-ቢስ አመለካከት በሚገባ ያውቃል፡፡ አንድ ቀን ወደ ሱቁ ገባና ልክ እንደሚገዛ ሰው የተለያዩ የወርቅ፣ የብርና የዳይመንድ አይነቶችን ከተመለከተ በኋላ በመጨረሻ ሊወጣ ሲል፣ “ሃብትህን ስላካፈልከኝ አመሰግንሃለሁ” አለው፡፡ ባለሃብቱ ድንገት ቀና አለና፣ “ሃብቴን እኮ አልሰጠሁህም፤ ይህ ሁሉ ሃብት የእኔ ነው” አለው፣ በጋለ ድምጽ፡፡ ሰውዬውም፣ “አዎ ይህ ሁሉ ሃብት የአንተ ነው፡፡ አንተ ስለዚህ ሁሉ ሃብት በመጨነቅ ታሳልፋለህ፣ ይህንን ሁሉ ሃብት ለማስቀመጥ ኪራይ ትከፍላለህ፡፡ አንተ ይህንን ሁሉ ጌጣ ጌጥ በአይንህ እያየህ እንደተደሰትከው፣ እኔም ያን ያህል ስለተደሰትኩ ነው ያመሰገንኩህ፡፡ ልዩታችን አንተ ጌጣ ጌጡን ለመጠበቅ ስትጨነቅ እኔ ግን ካለምንም ጭንቀት በማየት የመደሰቴ ሁኔታ ነው”፡፡

አንዳንድ ሰዎች በአንድ ነገር ለመደሰት የግድ ያንን ነገር የግል ንብረታቸው ማድረግ ያለባቸው ይመስላቸዋል፡፡ ስለሆነም፣ ትኩረታቸው ሁሉ ይህንና ያንን ለመሰብሰብ እንዲሁም በስማቸውና በቁጥጥራቸው ስር ለማድረግ ነው፡፡ የሕይወትን ትርጉም የሚለኩት የእኔ ነው ብለው ባስመዘገቡት ንብረት ብዛት ስለሆነ የፈለጉትን ሁሉ በእጃቸው እስኪያስገቡ ድረስ ሕይወት ማጣጣም አይጀምሩም፡፡ ትኩረታችን የአንድ ነገረ ንብረትነት የእኛ በመሆኑ ምክንያት ልናከናውነው የምንችለው ጠቃሚ ነገር ላይ

መሆን ሲገባው ንብረቱን የእኛ ማድረጋችን ላይ ብቻ ሲሆን ትክክለኛውን የሕይወትን ጣእም እናጣዋለን፡፡

ጠንክረን በመስራታችንና ገንዘብ በማግኘታችን ምክንያት የግል ንብረት ያደረግናቸው ነገሮች አስፈላጊነት ምንም አጠያያቂ አይደለም፡፡ ተግቶ የመስራትና ንብረትን በእጅ ማስገባት ለዛሬው በኑሮ የመደላደላችን ሁኔታ ወሳኝ ጉዳይ ከመሆኑን ባሻገር ለነገ ተተኪ ትውልድ የምናስተላልፈውም መልካም ውርስን ይሰጠናል፡፡ ይህ እጅግ በጣም ጤናማ የሆነው አመለካከት ግን ሚዛናዊ በሆነ መልኩ ካልተያዘ ያዘመመና የኋላ ኋላ ወዳልፈለግነው አቅጣጫ የሚወስደን ሊሆን ይችላል፡፡ ይህ አመለካከት ጤና ቢስና ሚዛን የለሽ ሆነ የምንለው ያየነው ሁሉ የእኔ ካልሆነ ስንልና የፈለግነውን ነገር ሁሉ በእጃችን ካላስገባን ሙሉ እንዳልሆንን ሲሰማን ነው፡፡

> በዚህ ምድር ላይ ያላቸውን ዓላማ በሚገባ አውቀውና ለዚያ ዓላማቸውም ምን እንደሚያስፈልጋቸው ለይተው የተደላደሉ ሰዎች በእጃቸው እንዲገባ የሚፈልጉትን ነገር ከአላማቸው አንጻር የቃኙና ልካቸውን የሚያውቁ ሰዎች ናቸው፡፡

በእጃችን ልናስገባቸውና ንብረታችን እንዲሆኑ ልንታገልላቸው የምንችላቸው ነገሮች በሁለት ይከፈላሉ - የሚያስፈልገንና የምንፈልገው፡፡ የሚያስፈልገን ብለን የምንሰይማቸው ነገሮች ለኑሮአችንና ለሕልውናችን አስፈላጊ የሆኑትን ጉዳዮች ነው፡፡ እነዚህን ነገሮች በእጅ ማስገባትና የግል ንብረታችን አድርገን ለግላችንም ሆነ ለቤተሰባችን፣ ከዚያም አልፎ ለሕብረተሰቡ ጥቅም ማዋል እጅግ አስፈላጊ ጉዳይ ነው፡፡ በተቃራኒ ደግሞ በየጊዜው የምንፈልጋቸው ነገሮች አሉ፡፡ በዚህ ክፍል የሚመደቡት ሌላው ላይ አይተነው እኔም በኖረኝ የምንላቸው፣ ገንዘቡ ስላለን ብቻ መግዛትና እጃችን ማስገባት የምንመኛቸውና የመሳሰሉት ነገሮች ናቸው፡፡ ቢሆንልንና የምንፈልጋቸውን ነገሮች ሁሉ በእጃችን ማስገባት ብንችል መልካም ነው፡፡ ከዚያ ጋር ሊመለስ የሚገባው

ጥያቄ፣ "ሁኔታው እጃችን በመግባቱና የግል ንብረታችን በመሆኑ ምክንያት ጥቅሙ ያመዝናል ወይ?" የሚለው ነው::

ልዩነቱን አስተውል

በዚህ ምድር ላይ ለመኖርህ ወሳኝ ከሆኑት ነገሮች ዋና ዋናዎቹና እንዲሁም ደግሞ ሌሎች የደስታ ምንጭ የሆኑልህ ነገሮች የግል ንብረቶችህ አይደሉም:: በየሰከንዱ ወደ ውስጥህ ካላስገባኸው በስተቀር የሞትና የሕይወት ጉዳይ የሆነውን አየርን ተመልከት፣ የአንተ አይደለም:: በየቀኑ እያሞቀችህ ጤንነትን የምትሰጥህን ጸሃይን ተመልከት፣ የአንተ አይደለችም:: ቀና ብለህ ስትመለከተው ደስታ የሚሰጥህን አረንጓዴ የተፈጥሮ ውበት አስብ፣ አንተ አይደለም:: እንግዲህ እውነታው ይህ ነው፣ እነዚህንና እነዚህን የመሰሉ ውብ የሆኑ ነገሮች ለማቆየት ገንዘብ አትከፍልም፣ እንዳይሰረቁ ስትጠብቃቸው ቁጭ ብለህ አታድርም፣ ነገር ግን ትጠቀምባቸዋለህ::

መለቀቅ ያለበትን ልቀቅ

አንድን ነገር በእጅህ በማስገባትህና የአንተ ንብረት በማድረግህ ምክንያት ያገኘኸው ትርፍ ያንን ነገር በመጠበቅ እንቅልፍ ማጣት፣ ጭቅጭቅና የጤና መቃወስ ብቻ ከሆነ በዚያ ነገር ሊጠቀሙ ለሚችሉ ሰዎች ብትለቀው ውጤቱ የተሻለ ይሆናል:: ይህ አባባል ትንሽ ጠንከር ያለና ከመስመር የወጣ ሊመስል ይችላል:: ሆኖም፣ እንደዚያ መምሰሉ እውነትነቱን አይቀንሰውም:: "ይህ ንብረት እኮ የእኔ ነው" ብሎ ከማውራት ያላለፈ ጥቅም የሌለውን ነገር ለማቆየት ሰው ጤንነቱን፣ ገንዘቡን፣ ማህበራዊ ግንኙነቱን ከከሰረ ውጤቱ ምኑ ላይ ነው? አንድ ነገር በእጃች ገባም አልገባ ወሳኙ ጉዳይ የመጨረሻው ውጤቱ ለእኛና ለአካባቢያችን የመጥቀሙ ጉዳይ ነው::

ሃላፊነት ይሰማህ

በዚህ ምድር ላይ እሳካለህ ድረስ፣ ንብረት በእጅ ኖረም አልኖረም ከሃላፊነት ነጻ አትሆንም:: ሃላፊነትህ በሁለት ይከፈላል:: አንደኛው በእጅህ ላለውና የአንተ ንብረት ለሆነው ነገር ያለህ ሃላፊነት ነው:: ይህ ሃላፊነት በእጅህ ያለውን ንብረትህን የመጠበቅ፣ የማሳደግና ለአንተ፣ ለቤተሰብህና ለህብረተሰቡ ለጥቅም የሚውልበትን መንገድ መፈለግ ነው:: ሁለተኛው ሃላፊነትህ የአንተ ንብረት ባልሆነው ነገር ላይ ያለህ ሃላፊነት ነው:: አንድ ነገር የአንተ ንብረት አይደለም ማለት እንደፈለግህ ታደርገዋለህ ማለት አይደለም:: የሌላውን ሰው ንብረት ስትጠቀም የመጠንቀቅና እንደራስህ አድርገህ የመያዝ ሃላፊነት አለብህ:: ይህንን ማድረግህ ጨዋነትህን ያመለክታል::

19

የመብት እዳ

በመሸነፍ የማሸነፍ ምስጢር

> "ወሳኙና ትኩረታችንን ልንጥልበት የሚገባው ነገር የራሳችንን መብትና ጥቅም አስከብረን ማሸነፋችን ላይ ብቻ ሳይሆን የእኛ መብት ሲከበር ከዚያ ጋር በሁኔታው የሚነካው ሕዝብ ጉዳይ ላይም ሊሆን ይገባዋል"

የትኩረት ወሳኝነት የገባቸው ሰዎች ለጊዜው ከሚያገኙት የአሸናፊነት እርካታ ይልቅ በራሳቸውና በሌላው ሰው ሕይወት ላይ እስከወዲያኛው ድረስ የሚጠቅመው ላይ ያተኩራሉ፡፡ ይህ ከግል ጊዜአዊ አጀንዳ ይልቅ ለብዙዎች ጥቅም የማሰብ የከበረ አመለካከታቸው ከሕብረተሰቡ መካከል ልቀው የሚወጡ የከበሩ ሰዎች ወደመሆን ያሳድጋቸዋል፡፡

በፈረንጆቹ አቆጣጠር 1986 ክረምት ላይ የራሺያ ክልል የባህር ክፍል ላይ በመጓዝ ላይ የነበሩ ሁለት መርከቦች እንደተጋጩ ይነገራል፡፡ በዚህ ግጭት ምክንያት በመቶ የሚቆጠሩ ሰዎች ሕይወታቸውን አጡ፡፡ አደጋውን እጅግ አሳዛኝ ያደረገው የሰዎች ሕይወት በከንቱ ማለፉ ቢሆንም ከዚያ በበለጠ የቁጭትን ስሜት ያጋጋለ ሌላ ሁኔታ ነበር፡፡ ይህም ሁኔታ አደጋው የደረሰበት ምክንያት ነው፡፡ አደጋው እንዲከሰት ያደረገው የአየር ጸባይ ችግር፣ የቴክኒክ ወይም የሌላ ቴክኖሎጂ መዛባት አልነበረም፡፡ በወቅቱ የተከሰተው ሁኔታ ይህ ነው፡፡ የሁለቱም መርከብ ካፒቴኖች የሌላኛውን መርከብ እየቀረበ መሄድና ሁኔታው በዚያው ከቀጠለ አስከፊ ግጭት ሊከተል እንደሚችል አስተውለውት ነበር፡፡ ይህን አደጋ እንዳይከሰት ለማድረግ ሊወሰድ የሚችለው አንድና አንድ ነው፡- ከሁለቱ ካፒቴኖች አንዱ ወይም ደግሞ ሁለቱም ካፒቴኖች ወደተቃራኒ አቅጣጫ በመሄድ ክፍተቱን ሰፋ ማድረግ! ሁለቱም ግን ያንን ለማድረግ ፈቃደኞች አልነበሩም፡፡ በሬዲዮ የነበራቸው ንግግር አንድ ከባድ ሃላፊነት የተጫነበት ሰው ንግግር ሳይሆን፣ "አንተ አቅጣጫ በመቀየር መንገዱን ልቀቅ እንጂ እኔ እንደሆነ አልለቃትም፤ በዚህ አቅጣጫ የመሄድ መብት አለኝ" አይነት ንግግር ነበር፡፡ አንዱ ካፒቴን ለሌላኛው፣ "አካሄድህ አደገኛ ነው፤ አቅጣጫ ቀይር ሲለው" ሌላኛውም ያንኑ መልእክት ነበር የሚያስተጋባው፡፡ በመጨረሻም ሁለቱም ካፒቴኖች ሁኔታው ለከባድ አደጋ እንደሚጋልጣቸው ወደ መገንዘብ ሲመጡ እነዚያ ግዙፍ መርከቦቻቸውን መንገድ ለማስቀየር የማይችሉበት ቅርበት ላይ እንዳሉ ገባቸው፡፡

አንዱ ካፒቴን የሌላኛውን ውሳኔ ለማስቀየር ከመታገል ይልቅ መብቱን በማስከበሩ ምክንያት የሚጠብቀውን እዳ አውቆ ቀድሞውኑ እርሱ ሊወስደው የሚገባው እርምጃና ሃላፊነት ላይ ቢያተኩር ይህ አስቃቂ አደጋ ባልደረሰም ነበር፡፡

ሁሉንም ነገር ከራሳቸው መብትና ጥቅም አንጻር ብቻ የሚመለከቱ ሰዎች በማሕበራዊ ብልህነት ያልበሰሉ ሰዎች ናቸው፡፡ በእነሱ እይታ የየእለት ተግባራቸው በማሸነፍና በመሸነፍ መካከል ያለ ጦርነት ነው፡፡ ጠዋት ከቤታቸው ከመውጣታቸው በፊት ከትዳር

ጓደኞቸው ከአንዱ የቤተሰብ አባል ጋር ብዙ ጦርነቶችን አካሂደው ነው የሚወጡት፡፡ የመጨረሻው ነኪ፣ የመጨረሻው ተናጋሪ፣ የመጨረሻው ወሳኝ ካልሆኑ በስተቀር አንድን ነገር አይለቁም፡፡ እነሱ ከሚሸነፉ ቤት ሳይዘጋ ቢያድር፣ እነሱ ከሚሸነፉ ልጆቹ ጦማቸውን ቢያድሩ፣ እነሱ ከሚሸነፉ መስሪያ ቤቱ ቢፈርስና ንግዱ ቢከስር ይቀላቸዋል፡፡ ትኩረታችን ከዋናው ላይ ተነስቶ በተራው ላይ አርፏል፡፡

ሁሉንም ነገር ከራሳቸው መብትና ጥቅም አንጻር ብቻ የሚመለከቱ ሰዎች በማሕበራዊ ብልህነት ያልበሰሉ ሰዎች ናቸው፡፡ በእነሱ እይታ የየእለት ተግባራቸው በማሸነፍና በመሸነፍ መካከል ያለ ጦርነት ነው፡፡

መብት የሚባል ነገር የመኖሩ ዋነኛ ምክንያት ካለአግባብ እንዳንጎዳና ህልውናችንን ከሚነኩ ነገሮች እንድንጠበቅ ነው፡፡ በተጨማሪም የራሳቸውን ሃላፊነት ሳይወጡ የሰውን ህልውና በመጋፋት ጥቅመኛ የመሆን ዝንባሌ ካላቸው ሰዎች እንድንጠበቅ ነው፡፡ ስለዚህም፣ መብት እጅግ አስፈላጊ ጉዳይ ነው፡፡ ለዚህም ነው በየሕብረተሰቡ መካከል ለተጠቁ ወይም “ችላ ከተባሉ ይጠቃሉ” ተብሎ ለሚታሰብ ሰዎች ለየት ያለና ትኩረት የሚሰጠው መብት የሚዘጋጀውና የሚጠበቀው፡፡ አቅም ለሌላቸውም ሆነ ግራና ቀኙን አይተው የሕልውናውን ድንበር ማስከበር ለማይችሉ ሰዎች ሕብረተሰቡ የመብትን ሕግ ይደነግጋል፡፡ ሰዎች እንደ አንድ ዜጋ፣ እንደ አንድ መስሪያ ቤት ሰራተኛ፣ እንደ አንድ ተቋም ባለስልጣን ሰዎች የተለያዩ መብቶች አላቸው፡፡ ሆኖም፣ ይህ መብት ካለግዴታ ብቻውን አይመጣም፡፡ በተለይም ደግሞ መብታችንን በማስከበራችን ምክንያት የሚከተለው ሁኔታ የኋላ ኋላ ለእኛም ሆነ በተለይም ለብዙሃኑ ጉዳትን የሚያስከትል ከሆነ መብታችንን የማስከበራችንን ሁኔታ እንደገና መለስ ብለን ማየቱ ይጠቅማል፡፡

አንድ አሽከርካሪ ቀይ መብራት ሲበራ አረንጓዴ የበራለትን ሌላውን ለማሳለፍ የመቆም ግዴታ እንዳለበት ሁሉ አረንጓዴ ሲበራለት ደግሞ የመሄድ ሙሉ መብት አለው:: ሆኖም አንዳንድ ጊዜ የማሽከርከር መብቱ ለአደጋ የሚያጋልጠው ጊዜ እንዳለ ሊያስብ ይገባዋል:: አረንጓዴው መብራት የማለፍን መብት ስለሰጠው ብቻ አይንቀሳቀስም፤ ግራና ቀኙን መቃኘት መብቱ ለሌሎች አደጋ በርን እንዳይከፍት ሊጠነቀቅ ይገባዋል:: ይህን አይነቱ ግንዛቤ ሁሉም ሰው የለውም፤ ከበሰለ፣ ከተረጋጋና ትኩረቱን በምን ላይ መጣል እንዳለበት ከማወቅ የሚመጣ ነውና::

በመሸነፍ የምታሸንፍበት ሁኔታ

አሸናፊ መሆን እጅግ ግሩም የሆነ ጣእም ያለው ጉዳይ ነው:: አሸናፊነት ግን በአንድ መንገድ ብቻ አይመጣም:: መብቴን አስከብሬ ያለፍኩባቸው ሁኔታዎች በሙሉ ያሸነፍኩባቸው ሁኔታዎች ላይሆኑ ይችላሉ:: መብቴን ካስከበርኩ በኋላ ተሸንፌ ራሴን ላገነው እችላለሁ፤ መብቴ የመከበሩ አጠቃላይ ውጤት አከሳሪ ሲሆን ማለት ነው:: ስለዚህም፣ አንዳንድ የሕይወት ገጠመኞች በመሸነፍ የምናሸንፍበትን ሁኔታ ይዘውልን ይቀርባሉ:: አንዳንድ ጊዜ ከመከራከር፣ ከመጋጨት ወይም ከመተናነቅ ይልቅ ለጊዜው መብታችንን ተወት አድርገን ከሁኔታው ዘወር ብንልና እንደተሸነፉ ብንቆጠር መጨረሻው በልጦ መገኘት እንጂ መሸነፍ አይደለም::

ማሸነፍም መሸነፍም የሌለብህ ሁኔታ

ለአንዳንድ ሰዎች ኑሮ በማሸነፍና በመሸነፍ መካከል ያለ የማያቋርጥ ፉክቻ ነው:: ስለዚህም እያንዳንዷን ክስተት ወጥረው ይዘውና አሸናፊነታቸውን አውጀው ማለፍ ያለባቸው ይመስላቸዋል:: በመንገድ ላይ ቀድሟቸው ያለፈውን መኪና ሁሉ እንደገና በመቅደም፣ የገፉቸውን ሁሉ በመግፋት፣ ለተናገራቸው ሁሉ ምላሽ በመስጠት፣ የጎዳቸውን ሰው ሁሉ አንድ ቀን አድፍጠው በመጉዳት የመጨረሻውን ድል ማስመዝገብ ያለባቸው ይመስላቸዋል፤ ኑሮን እንዲሁ መኖር ሲችሉ:: እያንዳንዷን የሕይወት ሂደት

ለማሸነፍ የሚታገል ሰው ፍልሚያዎችን አሸንፎ አጠቃላይ ጦርነቱን የተሸነፈ ሰው ነው፡፡ ዝም ብሎ ኑሮን በመኖር ማሸነፍ ሲችል!

አሸናፊነትን ማካፈል ያለብህ ሁኔታ

ሁለት ሰዎች በተቃራኒ ቆመው በመጨረሻ ሁለቱም አሸናፊ ሆነው የሚወጡበት ሕብረተሰብ እውነተኛና ቤተሰባዊነት በሞላበት ሕብረተሰብ ነው፡፡ ይህ ሁኔታ የሚከሰተው የበሰሉና ከመብታቸው ጋረ የመጨረሻውንም ውጤት አብረው የሚያጤኑ ሰዎች በተበራከቱበት ማህበረሰብ ውስጥ ነው፡፡ እንደዚህ አይነት ሰዎች ዓላማቸው ላይ ሌላውንም ሰው አብረው ያካተቱ ናቸው፡፡ የሚመለከቱት መብታቸው የመከበሩንና የማሸነፉቸውን ጉዳይ ብቻ ሳይሆን ካሸናፊነታቸው በኋላ ከራሳቸው ጋር አብሮ የተጠቀመውንም ሕዝብ ጭምር ነው፡፡ እንዴት ያለ ውብ ሃሳብ!

የዋጋ ቀውስ

ትክክለኛ ተመን የማውጣት ምስጢር

> “ወሳኙና ትኩረታችንን ልንጥልበት የሚገባው ነገር ለዛሬና ለጊዜው ያስደሰተንና ጥሩ ስሜት የሰጠን ነገር ላይ ሳይሆን ብዙ ትኩረታችንን ጥለንበት እጃችን ካስገባነውና ካዳበርነው በኋላ ዘላቂ ጠቀሜታ በሚሰጠን ነገር ላይ ሊሆን ይገባዋል”

ትኩረት የሰጠንለት ነገር በሕይወታችን ላይ ያለውን ከፍተኛ ተጽእኖ የተገነዘቡ ሰዎች ለነገሮች የሚሰጡትን ዋጋ የሚወስኑት በሚገባ አጥንተውና ግራና ቀኙን አይተው ነው፡፡ አንድን ነገር ሌላው ስለጨበጠው ልጨብጥ አይሉም፡፡ አንድን የከበረ ነገር ሌሎች ስላጣጣሉትም አይጥሉትም፡፡ ከየት እንደተነሱና ወደየት እንደሚሄዱ ስለሚያውቁ ከዚያ አንጻር የዋጋ ተመን ያወጣሉ፡፡

አካባቢው የከተማው የወርቅ፣ የብርና የዳይመንድ ውጤቶች የሚሸጡባቸው ሱቆች የሞሉበትና ጎብኚዎች ከየአለማቱ የሚጎርፉበት አካባቢ ነው፡፡ ይህ አካባቢ በዚህ አይነት ንግድ ሲታወቅ ብዙ አመታትን አስቆጥሯል፡፡ በእነዚህ ብዙ አመታት ውስጥ አልፎ አልፎ የተለያዩ የስርቆት፣ የሌሊት ዝርፊያና በእኩለ ቀን አይን ያወጣ ቅሚያ ይሰማል፡፡

አንድ ቀን ግን ከእነዚህ ሱቆች በአንደኛው ሱቅ ከዚህ በፊት በፍጹም ተከናውኖ የማያውቅ ድንገተኛ ነገር ሆነ፡፡ በአንድ ሌሊት ቁጥራቸው ሶስት የሚሆኑ ሌቦች በአንደኛው ሱቅ ጣሪያ ፈልቅቀው በመግባት አንድን ከዚህ በፊት ተደርጎ የማይታወቅ ነገር አደረጉ፡፡ በሱቁ ውስጥ የነበሩትን ዋጋቸው እጅግ በጣም ውድ የሆኑትን ጌጣጌጦች ሰርቀው የመሄዳቸው ነገር በማንኛውም ሰው የሚገመት ቢሆንም ያንን ግን አላደረጉም፡፡ በምትኩ ግን ያደረጉት በጣም ውድ የተባለው ጌጥ ላይ ያለውን ዋጋ በማንሳት በጣም ርካሽ ዋጋ ባለው ጌጥ ጋር ለጠፉት፡፡ በተቃራኒውም በጣም ርካሽ ዋጋ ያለውን የጌጥ ዋጋ በማንሳት በውዱ ላይ ለጠፉት፡፡ ይህንን የመሰለ የዋጋ ቀውስ ካደረጉ በኋላ አንድም እቃ ሳይሰርቁ ቀስ ብለው እንደገቡ በማያስታውቅ መልኩ ወጡ፡፡

> አንድ ሰው ዋጋ የሰጠለትን ነገር ስትመለከት በራሱ ላይ ያለውንም አመለካከት እግረ መንገድህን መቃኘት ያስችልሃል፡፡ ሰው ትኩረቱን ሙሉ ለሙሉ ከጣለበት ነገር ሌላ ማንነት የለውምና፡፡

ምሽቱ ነግቶ የሱቁ ባለቤት ሱቁን ሲከፍት ምንም የጎላና የሚታይ ለውጥ ስላላየ ቀኑ እንደተለመደው ስለመሰለው ላይ ላዩን ቃኝቶ በዚያን ቀን ለመጀመሪያ ጊዜ ስራ ለሚጀምረው አዲስ ሰራተኛ አደራ ብሎ ተጣድፎ ወደ ግል ጉዳዩ ይወጣል፡፡ ብዙ ደንበኞችን በማስተናገድ የታወቀው ይህ ሱቅ ብዙም ሳይቆይ ሽያጩን አጧጧፈው፡፡ አንዳንድ ገበያተኞች ገና እንደገቡ አይናቸው ውድ ዋጋ የተለጠፈበት ላይ ይተከላል፡፡ አንደኛው

ባለሃብት ፍቅረኛውን ለማስደሰት በጣም ውድ የተባለውን ጌጥ ለመግዛት መጥቷል፡፡ በሱቁ ውስጥ ግን እጅግ በጣም ርካሽ የተባለው እቃ ላይ ነው ውድ ዋጋ የተለጠፈበት፡፡ ስለሆነም እነዚህን ውድ መሰል ርካሽ ጌጦች ሰብስቦና ብዙ ዋጋ ከፍሎ ይወጣል፡፡ ሌላዋ ገበያተኛ ከጓደኞቿ ለየትና በለጥ ማለቷን የምታሳየው እነሱ መግዛት የማይችሉትን ውድ ጌጣ ጌጥ በማድረግ ስለሆነ፣ ረጅም ጫማዋን አድርጋ በጥንቃቄ እየተራመደች ገባችና ረጃጅም ሰው ሰራሽ ጥፍሮች በተሰካኩበት ጣቶቿ ውድ ውዱን ጌጣ ጌጥ ጠቆመችና ሰብስባ ገዝታ ሄደች፡፡ የተደረገውን የዋጋ መሰባጠር ግን አላስተዋለችውም፡፡ እነዚያ ሌቦች በሌሊት ገብተው ከፈጠሩት የዋጋ መዛባት የተነሳ እነዚህ ነጋዴዎች ዋጋ ሊሰጣቸው ከሚገባቸው ነገር ላይ አይናቸውን አንስተው ያን ያህል ዋጋ ሊሰጣቸው የማይገባቸውን ነገሮች ላይ ትኩረታቸውን ጣሉ፡፡ በውጤቱም፣ ለከበረውና ብዙ ትኩረትና ዋጋ ሊሰጥ የሚገባውን ነገር ችላ ብለው፣ ለተራና ለማይገባው ነገር ብዙ ዋጋ ሰጡ፡፡

በአካባቢያችን ሰዎች የሚጋፉላቸውን፣ ጊዜአቸውን የሚሰውላቸውንና ትኩረታቸውን የጣሉባቸውን ሁኔታዎች ስንመለከት ምን ያህል የዋጋ መዛባት እንዳለ እንገነዘባለን፡፡ በርካታ ሰዎች በወረደውና ተራ በሆነው ነገር ትኩረታቸው ተስቦ የማይሆን ዋጋ ሲሰጡት ይታያሉ፡፡ አስፈላጊው ትኩረትና የከበረ ዋጋ ሊሰጣቸው የሚገባቸውን ጉዳዮች ችላ ብለው ለተራ ነገር የሰከኑ ሰዎች የሚሯሯጡላቸው ነገሮች ላይ በማተኮር ከዚህና ከዚያ ሲራወጡ ይታያሉ፡፡ አንድ ሰው ዋጋ የሰጠለትን ነገር ስትመለከት በራሱ ላይ ያለውንም አመለካከት እግረ መንገድህን መቃኘት ያስችልሃል፡፡ ሰው ትኩረቱን ሙሉ ለሙሉ ከጣለበት ነገር ሌላ ማንነት የለውምና፡፡

አንዳንድ ሰዎች ለአንድ ነገር ዋጋ የሚያወጣላቸው ሌላው ሰው ነው፡፡ አንድን ነገር ሰው ስላደነቀው፣ ብዙው ሰው ስለተጋፋለትና "የዘመኑ" ነገር ስለሆነ ብቻ ትኩረት ይሰጡታል፡፡ ማስታወስ ያለብህ እውነታ ግን፣ ሌሎች ዋጋ ያወጡለትን ነገር እንዲሁ መቀበል እንደሌለብህ ነው፡፡ ምንም ነገር ከማስተናገድህ በፊት፣ "ለዚህ ጉዳይ

ማህበረሰቡ ያወጣለት ዋጋ ትክክለኛ ነው?" ብለህ መጠየቅን ልማድህ አድርግ፡፡ አለዚያ ለጊዜው ብቻ ተራግበው ብዙም ሳየቆዩ የሚጠፉ ሁኔታዎች መጠቀሚያ ከመሆን ያለፈ ማንነት አይኖርህም፡፡ በሌላ አባባል፣ የዘመኑን ሃሳብ አራማጅ ብቻ አትሁን የትክክለኛና ዘላቂ ጠቀሜታ ያለው ነገር አራማጅ ሁን፡፡ ይህንን ማድረግ ከመክሰር ይጠብቅሃል፡፡ ትኩረትህን ጥለህባቸውና ብዙ ዋጋ ሰጥተሃቸው ብዙ የሮጥክላቸው ነገሮች መጨረሻ ትክክለኛ ዋጋቸውን ወደማወቅ ስትመጣ ምን ያህል እንደከሰርክ ይገባሃል፡፡

ጊዜህን የምትሰዋለትን ነገር ለይ

ሰው ጊዜውን የሚሰጥለት ነገር ዋጋ የሰጠውን ነገር ነው፡፡ ለማድረግም ሆነ ለማግኘት ለፈለገው ነገር ጊዜን አያጣለትም፡፡ ዋናው ጥያቄ፣ "ይህ ጊዜውን የሰዋለት ነገር ዋጋው ምን ያህል ነው?" የሚለው ነው፡፡ የዋጋ ማስተካከያ የማድረግህ የመጀመሪያው ምልክት ጊዜህን የምትሰዋበትን ሁኔታ መለየት ስትጀምር ነው፡፡ ጊዜ ማለት በፍጹም ልታባክነው የማይገባህና ተመልሶ ሊገኝ የማይችል ድንቅ ስጦታ ስለሆነ በተገኘው ነገር ላይ አታባክነው፡፡ ተጠራቅሞ ለአንድ ጥቅም በማይውል ነገር ላይ ጊዜህን በከንቱ አታባክን፡፡ በሕይወትህ ላሉ ነገሮች እንደሰጠሃቸው ዋጋ ተመን መጠን ጊዜህን መመደብ እጅግ አስፈላጊ እርምጃ ነው፡፡

ገንዘብህን የምታወጣበትን ነገር ለይ

ገንዘብህን የምታውለው ዋጋ ለሰጠኸው ነገር መሆኑን አትርሳ፡፡ ውድ ነው ብለህ ላሰብከው ነገር ብዙ ገንዘብ ታወጣለህ፣ ለረከሰብህ ነገር ደግሞ ምንም ገንዘብ ለማውጣት ፍላጎቱ አይኖርህም፡፡ የዋጋ መዛባት ከሚያስከትለው ችግር አንዱ የገንዘብ ክስረት ነው፡፡ ገንዘብህን ልታውልባቸው የምትችላቸው ሁኔታዎች በሁለት ይከፈላሉ፡- በኋላ የሚከፍልህና በኋላ የሚያስከፍልህ፡፡ በአንድ ነገር ላይ ገንዘብህን ከማዋልህ በፊት፣ "ይህ ነገር በእጄ ካስገባሁት በኋላ ይከፍለኛል ወይስ ያስከፍለኛል?" የሚለውን

ጥያቄ መመለስ አለብህ፡፡ ገንዘብህን ካወጣህበት በኋላ ለተጨማሪ ወጪና ክስረት የሚዳርግህ ሁኔታ በጥንቃቄ ሊጠና ይገባዋል፡፡

ስሜትህን የምትሰጠውን ነገር ለይ

ስሜትህ ሊባክን የማይገባውና በጥንቃቄ ልትይዘው የሚገባ ጉዳይ ነው፡፡ የየእለቱ የስሜትህ ሁኔታ በስራ ውጤታማነትህ፣ በአጠቃላይ ጤንነትህም ሆነ በማህበራዊ ግንኙነትህ ላይ ትልቅ ተጽእኖ አለው፡፡ በስሜትህ የተሳሰርክለት ሁኔታም ሆነ ሰው በወደፊትህ ላይ ወሳኝነት አለው፡፡ የሚያስቁህን ነገሮች፣ የሚያስለቅሱህን ነገሮች፣ የሚያሳዝኑህን ነገሮች፣ የሚያዳጉህን ነገሮችና የምትወዳቸውንና የምትጠላቸውን ነገሮች ንገረኝና የዋጋ ተመን አወጣጥ ብቃትህንና ምን አይነት ሰው እንደሆንክ መገመት አያስቸግረኝም፡፡ ትክክለኛውን ስሜት በትክክለኛው ቦታና ሁኔታ በትክክለኛው መጠን ማዋል ያተኮረ የሕይወት ዘይቤን ያሳደጉ ሰዎች ምልክት ነው፡፡

21

"የዛሬ ስራዬ ነገ እኔን ይሰራኛል"

በመስራት የመሰራት ምስጢር

"ወሳኙና ትኩረታችንን ልንጥልበት የሚገባው ነገር ዛሬ በምንሰራው የስራ አይነት ላይ ብቻ ሳይሆን የዛሬው ስራችንና ድካማችን ነገ በሚያመጣው መልካም ውጤትና እንዲሁም በመስራታችን የራሳችንንና የሌሎችን ሕይወት የመለወጣችን ጉዳይ ላይም ሊሆን ይገባዋል"

አስተዋዮች እንዲህ ብለው ያስባሉ፣ "ትኩረቴን ዛሬ የምሰራው የስራ አይነት ላይና የጊዜው ልፋቴ ላይ ብቻ ካደረኩ ተስፋ አስቆራጭ አመለካከት ውስጥ እገባለሁ:: ትኩረቴን ግን ዛሬ በምሰራው ስራ ምክንያት ነገ የሚገነባው ነገር ላይ ማድረግ አለብኝ":: እንደዚህ አይነት ሰዎች ዛሬ የተሰማሩበት የስራ መስክ ለወደፊታቸው መሸጋገሪያ ድልድይ እንደሆነ በሚገባ የተገነዘቡ ሰዎች ናቸው::

ሶስት ሰዎች ለአንድ ቤት ግንባታ መሰረት ለመጣል ይሰራሉ፡፡ አሸዋውን፣ ሲሚንቶውንና ጠጠሩን በመደባለቅ እያዋሃዱ የተለያዩ ግንባታዎችን በማድረግ ስለዋሉ ደክሟቸዋል፡፡ አንድ ሰው በመንገድ ሲያልፍ አያቸውና ምን እንደሚገነቡ ሊጠይቃቸው ቀረብ አለ፡፡ መጀመሪያ ያገኘውን ሰራተኛ፣ "ምን እየሰራችሁ ነው?" ብሎ ጠየቀው፡፡ ይህ ሰራተኛ አካፋው ላይ ደገፍ በማለት ላቡን እየጠረገ፣ "ሲሚንቶ እያቦካሁ እያየኸን ምን ትጠይቀኛለህ፤ የማያልቅ ልፋት ውስጥ ነኝ፡፡ ትናንትም ይኸው፣ ዛሬም ይኸው፣ ነገም ይኸው" በማለት በማማረር መለሰለት፡፡ ሰውየው የጠበቀውን መልስ ስላላገኘ ዘወር በማለት ራቅ ብሎ የሚሰራውን ሌላኛውን ሰው ጠጋ በማለት፣ "ምን እየሰራችሁ ነው?" በማለት ያንኑ ተመሳሳይ ጥያቄ ጠየቀው፡፡ ይህ ሰው ፈጥኖ እንዲህ ሲል መለሰ፣ "ለእለት ጉርሴ ነው የምሰራው፤ እዚህ ምድር ላይ ሳይሸከረከሩ መቆም የለም፡፡ ዛሬ የሰራኋትን በዚሁ ከጓደኞቼ ጋር በማዋጣት ከተገባበዝንና አንዳንድ ነገሮች ቀመስ ቀመስ ካደረግን በኋላ እቤት እገባለሁ፡፡ ነገ ደግሞ ለነገው እለት ጉርስ ለመስራት እነሳለሁ፤ ሕይወት እንዲሁ ነው"፡፡ መንገደኛው አሁንም ተስፋ ሳይቆርጥ ሶስተኛውን ሰው ለመጠየቅ ፈለገና ጠጋ በማለት፣ "ምን እየሰራችሁ ነው?" ብሎ ጠየቀው፡፡ ይህ ሶተኛ ሰው የመለሰለት መልስ ከሁለቱ ለየት ያለ ነበር፡፡ "ሁለቱን ጓደኞቼን ስትጠይቃቸው ጆሮዬ ጥልቅ ብሏል፡፡ እነሱ ምን እንዳሉህ አላውቅም፣ እኔ ግን የምሰራው ሁለት ነገር ነው፡፡ አንደኛው፣ በዚህ ቦታ የተሰጠንን ለህብረተሰቡ የሚውል የስልጠናና የመዝናኛ ግንባታ ማጠናቀቅ ነው፡፡ እዚህ ጋር የመማሪያ ክፍሎች አሉ፣ እዚያ ጋር ደግሞ ቤተ መጻህፍት፣ የማብሰያ ክፍልና የመሳሰሉት፣ ከጎኑ ደግሞ ለሌሎች ስራዎች የሚውሉ ሌሎች ግንባታዎች እንጨምራለን፡፡ ሁለተኛው ስራዬ ግን የራሴን ሕይወት ነው፡፡ እዚህ ከሰራሁና ገንዘብ ካገኘሁ በኋላ ባለኝ ጊዜ በመማር ራሴን አሻሽላለሁ፡፡ ከጥቂት አመታት በኋላ ኮንትራክተር ለመሆን አስባለሁ፡፡ የዛሬ ስራዬ ነገ እኔን ይሰራኛል"

መንገደኛው ጥያቄውን ከጨረሰ በኋላ መንገዱን ቀጠለ፡፡ ከአእምሮው ግን ፈጽሞ ሊጠፋ ያልቻለ ሃሳብ ይመላለስበት ጀመር፣ "የመጀመሪያው ሰው ሲሚንቶ አቡኪ ነው፤

ሁለተኛው ሰው ለእለት ጉርስ ለፊ ነው፣ ሶስተኛው ሰው ግን የግል ሕይወቱንና አንድ ዓላማ ያለውን ግንባታ ገንቢ ነው"::

> የአንድ ሰው ማንነቱ ዛሬ በሚሰራው ስራ አይመዘንም:: የአንድ ሰው የወደፊቱ በዛሬው ሁኔታ አይገደብም ... የሰው ገደቡ አመለካከቱ ነው እንጂ ሁኔታው አይደለም::

እይታቸው ዛሬ ከሚሰሩት ስራ ያላለፈ ሰዎች እጅግ አሳዛኝና ለክስረት ራሳቸውን የሚያዘጋጁ ሰዎች ናቸው:: እንደዚህ አይነት ሰዎች ዛሬ በእጃቸው የገባውን የመስራት እድል በመጠቀም ነገ ማድረግና መሆን ወደሚፈልጉት ደረጃ ለማደግ መነሳሳቱ ሊኖራቸው ሲገባ በጊዜው ያለመምቸት ሁኔታ ተውጠው ራሳቸውን ያገኙታል:: የዛሬው ስራቸው ሆዳቸውን ከመሙላት አልፎ የወደፊት ዓላማቸውንም ማሟላት እንዳለበት ዘንግተውታል:: የዛሬውና ጊዜአዊው፣ የሩቁንና የዘለቄታዊውን ከማየት ይከለክላቸዋል:: ዛሬ የሚሰሩት ስራ ለነገ ሕይወታቸው ዘር እንደሆነ ስለዘነጉ ከማማረር ያለፈ ውሎ የላቸውም::

የአንድ ሰው ማንነቱ ዛሬ በሚሰራው ስራ አይመዘንም:: የአንድ ሰው የወደፊቱ በዛሬው ሁኔታ አይገደብም:: ዛሬ ያለበት ደረጃ የደረሰው ከትናንትናው በመነሳት እንደሆነ ሁሉ የዛሬው ሁኔታው ደግሞ ለነገው ድልድይ ነው:: የሰው ገደቡ አመለካከቱ ነው እንጂ ሁኔታው አይደለም:: ለዚህ ነው ሁለት ሰዎች በአንድ አይነት ቤት አድገው፣ አንድ አይነት አነሳስ ተነስተውና እኩል እድል ተሰጥቷቸው አንዱ ወደላቀ የሕይወት ደረጃ ሲደርስ ሌላኛው ለተራ ነገር ሰክኖ የሚታየው:: ለዚህ ነው በአንድ አይነት መስሪያ ቤት እኩል ደመዎዝ እየተቀበሉ ከሚኖሩ ሁለት ሰዎች መካከል አንዱ በስራው ተጠቅሞ የነገውን ሲያመቻች ሌላኛው በስራው ተቀብሮ ወደ ኋላ የሚጎተተው::

እንግዲህ ባሉበት ሁኔታ ተቀብሮ ከመቅረት ለመዳንና ዛሬን ለነገ እድገት መጠቀሚያ ለማድረግ ተግቶ የመስራት ዋጋ በሚገባ ልናጤን ይገባል:: ዛሬ በእጅህ የገባውን ስራ በትጋት፣ በታማኝነትና በጥሩ ልቦና ስትሰራ የምታገኛቸው ጥቅሞች ብዙ ናቸው::

የወደፊትህን መገንባት

ዛሬ በምትሰራው የስራ አይነት በፍጹም ማፈር የለብህም:: ዛሬ ጥሩ ደረጃ ላይ የደረሱ ሰዎችን የትናንት ሕይወት ብትመለከት እንዲሁ እዚህ ደረጃ እንዳልደረሱ ትደርስበታለህ:: ትናንት ይሰሩት በነበሩት የስራ አይነት ሳያፍሩ በቅንነት በመትጋታቸው የዛሬውን ገነቡ:: ሲለፉ ይታያቸው የነበረው የእለቱ ድካማቸው ሳይሆን ነገ የሚደርሱበት ሁኔታ ነበር፤ ሲያጠራቅሙ ይታያቸው የነበረው በእለቱ የቀረባቸው ነገር ሳይሆን ነገ የሚደርሱበት ደረጃ ነበር:: የአንተም ሁኔታ ከዚህ ተለይቶ ሊታይ አይችልም:: የወቅቱ ሁኔታህ ያስቀመጠብህ ገደብ ጊዜአዊ ነው:: ካለማቋረጥ ትጋትህን ብትቀጥል ያሰብከው ደረጃ መድረስህ አይቀርም::

የማንነትህ መሰራት

ብዙ የሚሰራ ጡንቻ እንደሚገነባ ሁሉ የሚሰራም ሰው እንዲሁ የማንነትን ግንባታ ያገኛል:: ከምንሰራቸው ስራዎች የምናገኘው ትልቅ ጥቅም የማንነት መገንባት ነው:: የማንነት መገንባት ማለት በስራችን ሂደት የምናተርፈው የአመለካከት ለውጥ ነው:: ነገ የምናገኘውን ስኬታማ ሕይወት ሚዛናዊ በሆነ መልኩ መያዝ የምንችለው ዛሬ ባሳለፍነው የትእግስት ሕይወት ውስጥ ነው:: ለዚህ ነው በድንገት "ስኬት" ውስጥ የገቡ ሰዎች የገቡበትን ስኬት መሸከም ያቅታቸዋል የሚባለው:: እዚያ ለመድረስ ያለፉበት መሰረታዊ ሂደት ስላልነበረ ከዚያ ጋር የሚመጣውን ጽኑ ማንነት ሳያዳብሩ በድንገት መሸከም የማይችሉት ስኬት ውስጥ ራሳቸውን ያገኙታል::

የበለጠ የስራ እድል

ከአሁኑ አንድን እውነት ላስታውስህ፡- ለመጨረሻ ጊዜ በሚገባ ካጠናቀቅከው የስራ ሁኔታ የላቀ እድል ሊከፈትልህ አይችልም፤ ቢከፈትልህም እጅህ ላይ አይቆይም:: የማንነትህ ጥራት ከሚለካበት መመዘኛዎች አንዱ ጀምረህ የጨረስከው ስራ ነው:: የተሻለ እድል እስኪገኝ ብቻ ጀምረኸው፣ ሌላ እድል እንደተገኘ ሾልከህ ለመሄድ

በተዘጋጀ ማንነት የቆየህበት ስፍራ ምንም ያላተረፍክበት ስፍራ ነው፡፡ አንድ የጀመርከውን ስራ እንድትጨርሰው ሊያነሳሳህ የሚገባው ዋነኛ ነገር፣ በመጨረስህ ምክንያት የምታገኘው እርካታና እንዲሁም ያንን በእጅህ የገባውን ስራ በሚገባ በማጠናቀቅህ ምክንያት የሚከፈትልህ ሌላ የስራ እድል ሊሆን ይገባዋል፡፡

ያለን ሳይሆን የሆንነው

በአመለካከት የመበልጸግ ምስጢር

> "ወሳኙና ትኩረታችንን ልንጥልበት የሚገባው ነገር በገንዘብ የመበልጸጋችን ጉዳይ ላይ ብቻ ሳይሆን ከዚያ ጋር የበለጸገን አመለካከት ገንዘብ የማድረጋችንም ጉዳይ ላይ ሊሆን ይገባዋል"

ትኩረታቸውን ዛሬ ከተሳካውና ካልተሳካው ላይ አንስተው ማንነታቸውና አመለካከታቸው የመገንባቱ ጉዳይ ላይ ያደረጉ ሰዎች ዘለቄታ ያለው ስኬት ውስጥ መግባታቸው አይቀርም:: እነዚህ ሰዎች ቢሞቅም ሆነ ቢበርድ ያው የሆነንና ከዓላማ የማይነቃነቅን አመለካከት ስላዳበሩ ከማንኛውም አይነት የሕይወት ሁኔታ አልፎ የመሄድ ብቃቱ አላቸው::

አንድ የስኬትና የቢዝነስ አስተማሪ እንዲህ ሲል ተናገረ፣ "በአሜሪካን አገር በተደረገው ጥናት 20% (በመቶ) የአሜሪካ ሚሊየነሮች የኮሌጅ ዲግሪ የላቸውም:: በፈረንጆቹ አቆጣጠር በ2003 ዓ/ም ከተመዘገቡት 222 የአሜሪካን ቢሊየነሮች መካከል 21

የሚሆኑት አንድም እንኳ የኮሌጅ ዲፕሎማ አልነበራቸውም:: ከእነዚህ መካከል ሁለቱ ሁለተኛ ደረጃ ትምህርታቸውን እንኳ አላጠናቀቁም:: ትምህርትን መማርና ካለማቋረጥ በትምህርት ቤት መቆየት በጣም አስፈላጊ ጉዳይ መሆኑ ባይካድም ሰዎች ትምህርት ስላላቸው ብቻ ስኬታማ ይሆናሉ ማለት አይቻልም:: ለምሳሌ፣ በዘመኑ ባለው የቴክኖሎጂ ልቀት ውስጥ ትልልቅ ቦታ ያላቸው ስኬታማ ሰዎችን ብንመለከት ይህንን እውነታ ያረጋግጡልናል:: ሌሪ ኤሊሰን (Larry Ellison) የኦራክል ሲኢኦ ከኢሊኖይ ዩኒቨርሲቲ ትምህርቱን ሳያጠናቅቅ ያቆመ ሰው ነው:: ይህ ሰው በአሁን ጊዜ የ18 ቢልየን ዶላር ባለሃብትና የአለምን ሁኔታ በስራው የለወጠ ሰው ነው:: ታዋቂው ቢል ጌትስ (Bill Gates) ከሃርቫርድ ዩኒቨርሲቲ አቋረጦ የወጣ ሰው ነው:: ከዚያ ከወጣ በኋላ የመሰረተው ማይክሮሶፍት የተሰኘው የቴክኖሎጂ ካምፓኒ የራሱን፣ የቤተሰቡንና የአለምን ሕዝብ የኑሮ ሁኔታ ወደላቀ ደረጃ ከፍ እንዲል ያደረገ ሰው ነው:: ቢል ጌትስ ዛሬ የ46 ቢልየን የአሜሪካን ዶላር ባለሃብት ነው::"

ይህ አስተማሪ ለሰልጣኞቹ ይህንን ከተናገረ በኋላ እንዲህ ሲል ሌላ ሃሳብ ጨመረላቸው:: "የትምህርት ሁኔታችን፣ ያለንበት ሁኔታም ሆነ የገጠሙን ገጠመኞች ስኬታማነታችንን ሊገድቡት አይችሉም:: ሆኖም ስኬትን ከገንዘብ ብልጽግና ጋር ብቻ ማገናኘት የስህተት ሁሉ ስህተት ነው:: ለምሳሌ፣ በአሜሪካ 80% (በመቶ) የሚሆኑ የሎተሪ አሸናፊዎች በአምስት አመት ውስጥ ራሳቸውን በከስረት ውስጥ እንደሚያገኙትና እንዲያውም አንዳንዶቹ የጎዳና ተዳዳሪዎች እስከ መሆን እንደሚያዘቅጡ መረጃ ያሳያል:: እነዚህ ሰዎች በእጃቸው በድንገት የገባውን ሃብት የሚመጥን ስኬታማ አመለካከት ቀድሞውኑ ስላልነበራቸው ተመለሰው ወደ ቀድሞ ሁኔታቸው፣ አንድ አንዴም ከዛ ወደ ወረደ ሁኔታ ያዘቅጣሉ:: አያችሁ፣ የአመለካከት ብልጽግና ሃብትንና ስኬትን ያመጣል እንጂ ሃብት ብቻውን የስኬት ምንጭ አይደለም:: ዋናው ነገር ያለን ነገር ሳይሆን የሆንነው ማንነት ነው::

ብዙ ሰዎች ስኬትን በትምህርት ልቆ ከመሄድ፣ በገንዘብ ከመበልጸግና ብዙሃኑ አይኑን ከሚጥልበት ነገር አንጻር ብቻ አዛምዶ የማየት ዝንባሌ አላቸው:: ይህ አመለካከት ሙሉ እውነትነት የጎደለው አመለካከት ከመሆኑም ባሻገር እነዚህ የስኬታማነታችን መለኪያዎች ናቸው ብለን ያስቀመጥናቸው መስፈርቶች እንደጠበቅናቸው ካልሆኑ ተስፋ ወደ የመቁረጥና ወደ ኋላ የመጎተት ተጽእኖ ሊያሳድሩብን ይችላሉ:: በተሰማሩበት መስክ የጠበቁት ደረጃ ስላልደረሱ ብቻ ውስጣቸው የሚወድቅባቸው ሰዎች የጠበቁትን ነገር ቢያገኙትም በስኬቱ "ከመስከር" ወጥመድ አያመልጡም:: ለምንም አይነት የሕይወት ሁኔታ የተገነባ ማንነትና አመለካከት አላዳበሩምና::

ሰው በእጁ ተንቀሳቃሽ ስልክ ይዞ እሱ ካልተንቀሳቀሰ ምን ዋጋ አለው? ሰው የጸዳ ቤት ሰርቶ አመለካከቱ ካልጸዳ ምን ጥቅም አለው? ሰው የመኪና መሪ ጨብጦ አራት ጎማ እየመራ የግል ሕይወቱን ካልመራ ምን ያደርግለታል?

ሰው በእጁ ተንቀሳቃሽ ስልክ ይዞ እሱ ካልተንቀሳቀሰ ምን ዋጋ አለው? ሰው የጸዳ ቤት ሰርቶ አመለካከቱ ካልጸዳ ምን ጥቅም አለው? ሰው የመኪና መሪ ጨብጦ አራት ጎማ እየመራ የግል ሕይወቱን ካልመራ ምን ያደርግለታል? የሚቆጠረው ያለን ንብረት አይደለም ባለን ንብረት ያከናወነው ትርጉም ያለው ተግባር ነው:: ትርጉም ያለው በስንት ዲግሪ እንደተመረቅን አይደለም፤ ያገኘነውን ወረቀት ወደ ምን እንደቀየርነው ነው:: ሳይሆንልን ቀርቶ ያቋረጥነው ነገር በእኛ ላይ ጉልበት የሚኖረው ከዚያ ወጥተን ደክመን ከወደቅን ነው:: ወደ ፊት የምንደርስበትን ቦታና ሁኔታ የሚወስነው ዛሬ የደረሰብን ነገር ሳይሆን ለዚያ ለደረሰብን ነገር የሰጠነው ምላሽ ነው:: ፈተና ወድቀው ዘልቀው የሄዱም ወድቀው የቀሩም አሉ:: ገንዘብ አግኝተው ለብዙዎች ጥቅም የዋሉም ለጥቅመኞች መጠቀሚያ ሆነው የቀሩም አሉ:: ወሳኙ ነገር በእጅህ የገባው ነገር አይደለም፣ የገባውን ነገር ለምን ነገር እንዳወጣኸው ነው:: ወሳኙ ነገር

ወደ ላይ መውጣትህ አይደለም፣ ከአንተ ጋር ስንት ሰው ይዘህ እንደወጣህ ነው፡፡ ወሳኙ ነገር ከየት እንዳስወጡህ አይደለም፣ ከዚያ ወጥተህ የገባህበት ቦታ ነው፡፡

በምንም ነገር ከመበልጸግህ በፊት በአመለካከት የመበልጸግን ምስጢር ልትገነዘብ ይገባል፡፡ ይህንን ግንዛቤ ለማዳበር ልታስታውሳቸው የሚገቡህ እውነታዎች አሉ፡፡

ማንኛውም ሁኔታህ ጊዜአዊ ነው

ሃብት ጊዜአዊ ነው፤ ስልጣን ጊዜአዊ ነው፤ "ኮከብነት" እና ተደናቂነት ጊዜአዊ ነው፡፡ እነዚህ ነገሮች ቀድሞ እንዳልነበሩና ከጊዜ በኋላ እንደመጡ፣ ነገ ደግሞ የሚቀንሱበት ወይም የሚሄዱበት ጊዜ ይመጣል፡፡ ስለሆነም፣ ወሳኙ ነገር ተራው ደርሶን እነዚህና የመሳሰሉት ነገሮች በእጃችን የመግባታቸውን እድል ተጠቅመን የምናከናውነው ነገር ነው፡፡ "አለኝ፣ ደርሻለሁ፣ ሄጃለሁ፣ ነኝ፣ ..." ማለቱ ለብቻው ምንም ጥቅም የለውም፡፡ የሁኔታዎችን ጊዜአዊነት ማወቅ የሚጠቅምህ፣ በአንድ ጎኑ በተሳካልህ ነገር ተደላድለህ "ሃውልት" ሆነህ እንዳትቀርና ሲሆን በሌላ ጎኑ ደግሞ በጊዜአዊው "ሽንፈትህ" ተስፋ ቆርጠህ እንዳትቀር ነው፡፡

ስኬት ገንዘብን ያመጣል እንጂ ገንዘብ ስኬትን አያመጣም

ገንዘብ ብቻውን ስኬት አይደለም፤ እውቀትም እንዲሁ፡፡ ይህ የሆነበት ምክንያት ስኬት አንድ ቀን የሚደረስበት ክስተት ሳይሆን ሂደትና የሕይወት ዘይቤ በመሆኑ ነው፡፡ ስኬት ማለት በየእለቱ የምንኖረው የአመለካከት ልቀት፣ አላማን የማወቅ ብስለት፣ ማንነትን የማወቅ መደላደልና ለሌላው የመትረፍ እይታ ነው፡፡ እነዚህ ሁኔታዎች የበዙለት ሰው ገንዘብ የማግኛው መንገድ አይቸግረውም፡፡ በተቃራኒው ምንም አይነት አላማ ሳይኖራቸው በዚህም ሆነ በዚያኛው መንገድ ገንዘብን በእጃቸው አስገብተው "አሁን ተሳካልኝ" ያሉ ሰዎች ብዙም ሳይቆዩ መሳሳታቸው ይገባቸዋል፡፡ ስኬት በእጃችን አስገብተን እንዳይጠፋ የምንጠብቀው ነገር ሳይሆን በየቀኑ የምንኖረው ኑሮ ነው፡፡

የአንዱ ነገር አለመሳካት የሁሉም ነገር አለመሳካት አይደለም

ስኬት ዘርፈ ብዙ ነው፡፡ አንዳንድ ሰዎች በምን እውቀት ልቀው ለመሄድ እንደሚፈልጉ በሚገባ ይገነዘቡና በዚያ እውቀት ልቀው ለመሄድ የሚያስችላቸውን ትምህርት በመማር ለብዙዎች ጥቅም የሚውሉ ሰዎች ሆነው ይገኛሉ፡፡ ሌሎች ደግሞ በትምህርት እውቀት የመላቁ ነገር ብዙም ሳይሆንላቸው ይቀርና በንግዱ አለም እውቀት የላቁ ሆነው ይገኛሉ፡፡ በዚህች አለም ላይ ያለው እድል ብዙ ነው፡፡ ስለዚህም፣ በአንዱ የወደቀ በሁሉም የወደቀ አይደለም፤ በአንዱ ኋላ የቀረ በሁሉም ኋላ የቀረ አይደለም፤ አንዱ መንገድ ያልገባው ሁሉም መንገድ ያልገባው አይደለም፡፡ የአንድን ወይም የተወሰኑ ሰዎችን ሁኔታ አይተን ስኬትን አንተርጉመው፡፡

23

ለመለቀቅ መልቀቅ

የሚይዙትንና የሚለቁትን የመለየት ምስጢር

"ወሳኙና ትኩረታችንን ልንጥልበት የሚገባው ነገር አንድን ነገር በማግኘታችን ላይ ብቻ ሳይሆን ያንን ነገር በማግኘታችን ምክንያት የምናጣቸውም ሌሎች ጠቃሚ ነገሮች ጭርም ላይ ሊሆን ይገባዋል"

ይህኛው የትኩረት ምስጢር የገባቸው ሰዎች አንድን ነገር ለመጨበጥ መዘርጋት ቀድሞ የያዙትን ነገር ወደመልቀቅ እንደሚያመጣቸው ያውቃሉ:: ስለዚህም፣ ለማግኘት የሚጓጉለትን ነገር ለመያዝ ከመዘርጋታቸው በፊት ያንን በማድረጋቸው የሚያጡትን ነገር ቀድመው ያስባሉ:: ትኩረታቸው አዲስ ነገር በማግኘታቸው ላይ ብቻ ሳይሆን ያንን ነገር ለማግኘት በከፈሉት ዋጋ ላይም ጭምር ነው::

የስድስት አመት ልጅ ነው:: የሚኖረው ከአባትና ከእናቱ ጋር እንዲሁም ከሁለት ታላላቅ ወንድሞቹ ጋር ነው:: ይህ ልጅ ከወንድሞቹ ይልቅ ፈጣንና አንዳንዴም ከመስመር ወጣ ያለ ቅልጥፍና ያለው ልጅ ነው:: አንድን ነገር ካየና ከወደደው ያንን

ነገር በእጁ የሚያስገባበትን መንገድ በዚህም ሆነ በዚያ ፈልጎ ነገሩን በእጁ ያስገባል፡፡ አንድን ነገር እጁ ለማስገባት ማልቀስ ካለበት ማልቀስን፣ መጣላት ካለበት መጣላትን፣ መስረቅ ካለበት መስረቅን ከመጠቀም የሚመልሰው የለም፡፡ መኝታ ቤቱ ያለው የመጫወቻ ብዛት ይህ ነው አይባልም፡፡ ከየት ለቃቅሞ እንዳመጣው የማይታወቅ ብዙ ነገር ነው ያለው፡፡ አባቱ ይህንን ባህሪውን ያውቃል፣ ሆኖም በተለያየ መልኩ ሊያስተምረው ከመሞከር ውጪ ምንም ሊያደርገው አልቻለም፡፡

አንድ ቀን ይህ ልጅ የማይረሳውን ትምህርት አገኘ፡፡ ከትምህርት ቤት ተመልሶ ትንሽ ምግብ ከቀማመሰ በኋላ በረንዳው ላይ ይጫወታል፡፡ የጎረቤታቸውን በረንዳና የእነርሱን በረንዳ የሚለየው አንድ ከብረት የተሰራ በሰው ቁመት ልክ የሆነ አጥር ነው፡፡ ይህ ልጅ ቀና ብሎ ሲያይ የጎረቤታቸው ልጅ ሲጫወትባት የነበረች ትንሽ ሳንቲም የምታከል መጫወቻ ያያል፡፡ በተለያዩ ቀለማት ስለምታብረቀርቅ ልቡን ሳበችው፡፡ ዘወር ብሎ ዙሪያውን ሲመለከት ማንም ሰው የለም፡፡ ቀና ብሎ ወደ ጎረቤቱ ግቢ ሲያጤን ያ በጣም የሚፈራው ውሻም በአካባቢው የለም፡፡ በቀስታ እጁን በብረት አጥሩ መካከል አሾልኮ ያችን ያጓጓችውን መጫወቻ በእጁ ከጨበጠ በኋላ በቀስታ እጁን ውጣ ቢለው እንዴት ይውጣ፡፡ ሁለት ሶስቴ ከሞከረ በኋላ እምቢ ስላለው መደንገጥ ጀመረ፡፡ ከአሁን ከአሁን ውሻው ይመጣብኛል ብሎ ፈራ፡፡ ብዙ ከታገለ በኋላ አልቦታል፤ ከፍርሃትም የተነሳ እንደ ማልቀስ ቃጥቶታል፡፡

በዚህ ሁኔታ ላይ እያለ ነበር አባት የደረሰው፡፡ ዘወር ብሎ አባቱ መምጣቱን እንዳየ መለስ ሲል ያ ክፉ የጎረቤትም ውሻ ብቅ አለ፡፡ ልጁ በፍርሃት ማልቀስ ጀመረ፡፡ አባት፣ “ምን ሆነህ ነው?” ልጅ፣ “እጄ አልወጣ ብሎኝ”፡፡ አባት፣ “እጅህ በሁለቱ የብረት አጥሮች መካከል እንዴት ገባና ነው አልወጣ ያለህ?” ልጅ፣ “መዳፌን ዘርግቼ ነው ያስገባሁት፡፡” አባት፣ “ታዲያ ለምን መዳፍህን ዘርግተህ ልክ እንዳስገባኸው አታስወጣውም?”፡፡ ልጅ፣ “መዳፌን ከዘረጋሁት የያዝኩት ነገር ስለሚያመልጠኝ መልቀቅ አልፈልግም፡፡” አባት፣ “ካለህበት ሁኔታ መላቀቅ ከፈለግህ የያዝከውን ነገር

መልቀቅ የግድ ነው፡፡ አለዚያ እንደተያዝክ በዚያው መቅረትህ ነው" ብሎት ጥሎት ሄደ፡፡ በዚህ ጊዜ ነበር የውሻው ድምጽ የተሰማው፡፡ ውሻው እየዘለለ ሲመጣ ያየው ይህ ልጅ ምንም ምርጫ ስለሌለው የጨበጠውን ነገር በመልቀቅ ከተያዘበት ነገር ተላቀቀ፡፡

ብዙም ፋይዳ የሌለውን "የቆጡን" አወርዳለሁ ብለው እጅግ ወሳኝ የሆነውን "የብብታቸውን" የሚጥሉ ሰዎች የትኩረት መዛባት ያጠቃቸው ሰዎች ናቸው፡፡ እንዲህ አይነት ሰዎች በሚፈልጉትና በሚያስፈልጋቸው ነገር መካከል መለየት ያቃታቸው ሰዎች ናቸው፡፡ የሚፈልጉትን ለማግኘት የሚያስፈልጋቸውን ይሰዋሉ፡፡ የማያዛልቀውን ለመጨበጥ እስከ ወዲያኛው የሚያዛልቃቸውን ይጥላሉ፡፡ ያዩትንና የተመኙትን ነገር በእጃቸው ለማስገባት ሲሯሯጡ በሂደቱ የሚያጡት ከዚያ የላቀና የተሻለ ነገር አይታያቸውም፡፡ የሚፈልጉትን ያገኛሉ፣ ከዚያ ጋር አብሮ የሚመጣውን ጫና ግን ችላ ስለሚሉ ውለው ሳያድሩ ሲታገሉ ይታያሉ፡፡

> አንድን ነገር መያዝ ሌላውን መልቀቅ፣ ወደ አንድ አቅጣጫ መሄድ ከሌላኛው መራቅ እንደሆነ ማወቅና ትክክለኛውና ዘላቂ ጠቀሜታ ያለውን ምርጫ አመዛዝኖ መምረጥ ታላቅ ጥበብ ነው፡፡

አንድን የምንፈልገውን ነገር ለማግኘት አስፈላጊውን ጥረት ማድረግ እንከን የማይገኝለት ጉዳይ ነው፡፡ ሆኖም ትኩረታችን ለማግኘት የምንጣጣረው ነገር ላይ ከመሆኑ የተነሳ ሌላ አስፈላጊነቱ የላቀን ነገር የሚያስጥለን ከሆነ መጨረሻው ክስረት ይሆንብናል፡፡ አንዳንድ ሰዎች በእጃቸው ለማስገባት ብዙ መስዋእትነት የከፈሉለት ነገር እነርሱንው ይይዛቸውና ቀድሞ የነበራቸውን ነጻነት ያሳጣቸዋል፡፡ ነገሩን በእጃቸው ከማስገባታቸው በፊት የነበራቸውን መረጋጋት፣ ጤንነትና አንዳንድ ጊዜም ማጣት እጅግ ዋጋ ያለውን ንብረት አጥተውት ራሳቸውን ያገኙታል፡፡ አተርፋለሁ ሲሉ ይከስራሉ፤ ከቀድሞው የተሻለ ደረጃ እደርሳለሁ ሲሉ

ጭራሽ ይብስባቸዋል፤ ከፍ ወዳለና ወደተሻሻለ ሁኔታ እደርሳለሁ ሲሉ ራሳቸውን ወረድ ብሎ ያገኙታል፡፡

እንደ እድሜ ደረጃችንና እንደ ወቅቱ ሁኔታ ለማግኘት የምንፈልጋቸው ነገሮች ካለማቋረጥ ይለዋወጣሉ፡፡ ይህ ሁኔታ በመነጋገር ላይ ያለነውን መያዝና መጨበጥ ባለብን ሁኔታ መካከል የመለየትን ጥበብ የማዳበርን ሁኔታ ከበድ ሊያደርገው ይችላል፡፡ ምናልባት ከዚህ በታች የተዘረዘሩት ምክሮች አንዳንድ መመሪያዎች ይሰጡናል ብዬ አምናለሁ፡፡

በምትፈልገውና በሚያስፈልግህ መካከል ለይ

አጠር ያለ የትርጉም ስራ እንስራ፡፡ "የምንፈልገው" ነገር ሁሉ "የሚያስፈልገን" ነገር አይደለም፡፡ በተቃራኒው "የሚያስፈልገን" ነገር፣ ፈለግነውም አልፈለግነው አስፈላጊ ነገር መሆኑ አይቀርም፡፡ ለምሳሌ፣ በኪሱ 500 ብር ያለውን ሰው አስብ፡፡ ነገ ለልጆቹ ትምህርት ቤት የመክፈያው የመጨረሻ ቀን ነው፡፡ ከስራ ሲመለስ ከጓደኛው ጋር ወደ አንድ ሱቅ ጎራ ሲሉ በእጁ ላይ ካለው የተሻለ ስልክ በማየቱ ለመግዛት ፈለገ፡፡ ትርጉሙ አጭርና ግልጽ ነው፡፡ የልጆቹ ክፍያ አስፈላጊ ነገር ሲሆን፣ ሞባይል ስልክ የመቀየሩ ምርጫ ግን የፍላጎት ጉዳይ ነው፡፡ ይህ ሰው ማግኘት የፈለገውን ስልክ በእጁ ቢያስገባ አስፈላጊ የሆነውን የቤተሰብ ሁኔታ ይጥላል፡፡

አንድን ነገር ስትጨብጥ ሌላ ነገር መልቀቅ እንዳለብህ አትዘንጋ

ሕይወት የሚዛናዊነት ጨዋታ ነው ብንል የምንሳሳት አይመስለኝም፤ አንዱን ሲይዙ የሚያጡትን ሌላ ነገር በማየት ማመዛዘን፡፡ በእድሜ ሰንበት ያሉ ሰዎች በዚያው መጠን በሕይወት ውጣ ውረድ ውስጥ ከሚያገኙት ልምምድ የተነሳ በሰሉ የሚባለው የዚህን ሚዛናዊነት ሕግ መገንዘብና መጠቀም ሲጀምሩ ነው፡፡ አንድን ነገር መያዝ ሌላውን መልቀቅ፣ ወደ አንድ አቅጣጫ መሄድ ከሌላኛው መራቅ እንደሆነ ማወቅና ትክክለኛውና ዘላቂ ጠቀሜታ ያለውን ምርጫ አመዛዝኖ መምረጥ ታላቅ ጥበብ ነው፡፡ ይህንን ጥበብ

ያዳበረ ሰው ጊዜውን፣ ገንዘቡንና ሌሎችንም ጠቃሚና አስፈላጊ ነገሮች ከማባከን የተጠበቀ ሰው ነው፡፡

ዲሲፕሊንን አዳብር

ማንነታችን የፈለገውንና የጠየቀው ሁሉ ከተሰጠው ሊያቀርበው ለሚችለው ጥያቄ መጨረሻ አይኖረውም፡፡ አንዳንድ ሰዎች ያዩትንና የተመኙትን ከማግኘት የሚከለክላቸው ነገር የለም፡፡ አዩትና ፈለጉት ማለት አገኙት ማለት ነው፡፡ ራሳቸውን የሚከለክሉት ምንም ነገር የላቸውም፡፡ በተቃራኒው፣ ትክክለኛ ዲሲፕሊን ስናዳብር በምንፈልገውና በሚያስፈልገን ነገር መካከል በመለየትና ማስቀደም ላለብን ነገር ቅድሚያ በመስጠት ለአስፈላጊው "እሺ" በማለት ለሌላኛው "እምቢ" የማለትን የሕይወት ዘይቤ እንጀምራለን፡፡ ለብዙ ጊዜ "ልቅ" የሆነን የሕይወት ዘይቤን ለለመደ ሰው እንደዚህ አይነት ዲሲፕሊን ማዳበር ቀላል ባይሆንም ሌላ ምርጫ ግን የለም፡፡

የሩቁን ስናደንቅ የቅርቡን ስንንቅ!

የእኛ የሆነውን የማክበር ምስጢር

> "ወሳኙና ትኩረታችንን ልንሰጠው የሚገባው ነገር በሕይወታችን ላይ ምንም ተጽእኖ የሌላቸው ሰዎች ላይ ብቻ ሳይሆን አጠገባችን በሆኑትና በህይወታችን ላይ ብዙ "መዋጮ" ባደረጉ ሰዎችም ጭምር ላይ ሊሆን ይገባዋል"

ያተኮረ የሕይወት ዘይቤን ትርጉም በሚገባ የተገነዘበ ሰው የሩቁን ከማሰቡ በፊት የቅርቡ ላይ ልቡን የጣለ ነው፡፡ እንዲህ አይነቱ ሰው አጠገቡ ያለውን ሰው ሳያከብር ሌላውን የሩቁን ሊያከብር እንደማይችል በሚገባ ተገንዝቧል፡፡ ከዚህም አመለካከቱ የተነሳ፣ በአጠገቡ ለሚገኙና ከየእለት ሕይወቱ ጋር ግንኙነት ላላቸው የቅርብ ሰዎች ታላቅ ቦታና አክብሮት የሚሰጥ ሰው ነው፡፡

ንባብህን ለአንድ አፍታ ቆም አድርግና ብእርና ወረቀት በመያዝ ለሚከተሉት ጥያቄዎች መልስ ለመስጠት ሞክር፡፡

በአለም ላይ የአምስቱን እጅግ ዝነኛ ጦረኞች ስም በታዋቂነት ቅደም-ተከተላቸው ጻፍ፡፡ በአለም ላይ የአምስቱን እጅግ በጣም ታዋቂ ባለጠጎች ስም በሃብት ብልጫ ቅደም-ተከተላቸው ጻፍ፡፡ በአለም ላይ የአምስቱን እጅግ ስማቸው የገነነ አርቲስቶች ስም በታዋቂነት ደረጃቸው ጻፍ፡፡ ከእያንዳንዳቸው ከላይ ከጻፍካቸው ሰዎች ስም አጠገብ እነዚህ ሰዎች በግል ሕይወትህ ያደረጉልህን መልካም ነገር፣ የመከሩህን ምክር ወይም ደግሞ በየትኛውም የሰውን መገናኘት በፈለግክበት የችግር ሁኔታ እንደተገኙልህ ጻፍ፡፡

አንድን ነገር እንድገምት ፍቀድልኝ፡፡ ከላይ የተሰጠህን ስራ ለመስራት ስትሞክር ሁለት ችግሮች ያጋጥሙሃል፡፡ በመጀመሪያ ምናልባት ይህንን ለማድረግ ስትሞክር የአምስት ታዋቂ ሰዎችን ስም ለመጻፍ ተቸግረህ ይሆናል፡፡ በመቀጠልም፣ ምናልባት የእነዚህን ሰዎች ስም ብታውቅና ብትጽፍም እንኳ ሰዎቹ በግል ሕይወቴ አድርገውልኛል የምትላቸው ነገሮች እነዚህ ናቸው ብለህ ለመጻፍ ትቸገራለህ ብዬ እገምታለሁ፡፡

> አጠገቡ ወይም በአካባቢው ያለውን የቅርብ ሰው ችላ እያለ በሩቅ ያሉትን ታዋቂና ዝነኛ ሰዎች ሲያደንቅ የሚውል ሰው የትኩረት ምስጢር የተሰረቀበት ሰው ነው፡፡

የተጨማሪ ሰዎችን ስም እድትጽፍ ልጠይቅህ፡፡ በጣም ከምትወዳቸው ቤተሰቦችህ መካከል የአምስቱን ስም ጻፍ፡፡ ከዚህም በተጨማሪ፣ በጣም ከምትወዳቸው የቅርብ ጓደኞችህ መካከል የአምስቱን ስም ጻፍ፡፡ አሁንም እንደገና በጣም ከምታከብራቸው አስተማሪዎችህ ወይም የመስሪያ ቤት አለቆችህ አምስቱን ስም ጻፍ፡፡ ከእያንዳንዳቸው ከላይ ከጻፍካቸው ሰዎች ስም አጠገብ እነዚህ ሰዎች በግል ሕይወትህ ያደረጉልህን መልካም ነገር፣ የመከሩህን ምክር ወይም ደግሞ በየትኛው የሰውን መገናኘት በፈለክበት የችግር ሁኔታ እንደተገኙልህ ጻፍ፡፡ አሁንም አንድን ነገር እንድገምት ፍቀድልኝ፡፡ አሁን ለመጻፍ የተጠየካቸውን የአምስት ሰዎች ስም ለመጻፍ ቀድሞ እንደተጠየካቸው ስሞች ለመጻፍ የተቸገርከውን ያህል እንዳልተቸገርክ ልገምት፡፡ በመቀጠልም፣ ምናልባት

ከእያንዳንዳቸው ሰዎች ስም አጠገብ ሰዎቹ ከዚህ በፊት ስላደረጉልህ መልካም ነገር አስታውሰህ ለመጻፍ ብዙም እንዳልከበደህም ልገምት፡፡ አንድ ነገር አትዘንጋ፣ የቅርብ ወዳጆቻችንን ልክ የእኛ ካደረግነው በኋላ እንደቀለፍንበትና ስንፈልግ ብቻ እንደምናስታውሰው ወርቅ የማየት ዝንባሌ አለን፡፡ የሩቁን ስናደንቅ የቅርቡን ስንንቅ የምንኖር ሰዎች ጥቂት አይደለንም፡፡

አጠገቡ ወይም በአካባቢው ያለውን የቅርብ ሰው ችላ እያለ በሩቅ ያሉትን ታዋቂና ዝነኛ ሰዎች ሲያደንቅ የሚውል ሰው የትኩረት ምስጢር የተሰረቀበት ሰው ነው፡፡ ሰፈሩን፣ መንደሩንና ሃገሩን ችላ ብሎ ከባህር ማዶ ስላለው ሃገር በሚገባ አወቅሁ የሚልና ልቡን እዚያ ላይ ብቻ የጣለም ሰው እንዲሁ ነው፡፡ እንዲህ አይነቱ ሰው አጠገቡ ያለውን እየገፋ የሩቁን የሚቀበል፣ ቅርቡ ያለውን እያጥላላ ሊያገኘውና ሊደርስበት የማይችለውን የሚወድ፣ እዚህ ያለውን እያቆሸሸ እዚያ ማዶ ያለውን ንጹህ ነገር የሚናፍቅ ሰው ነው፡፡ ይህ አይነቱ ከእውነታ የራቀና ትኩረቱ የተዛባ አመለካከት ለራስም ሆነ ለሌላው የማይበጅን ሕይወት ያስከትላል፡፡

የቅርብ ሰዎችን ታገስ

የቅርብህ ሰዎች ስህተታቸው የጎላ ነው፡፡ ይህ የሆነበት ምክንያት ከሩቆቹ ሰዎች ይልቅ አጠገብህ ያሉ ሰዎች ብዙ ስህተት ስላለባቸው ሳይሆን ስህተታቸውን በየጊዜው የማየት እድል ስላለህ ነው፡፡ በየቀኑ የሚወስኑትን ውሳኔ፣ የሚገልጡትን ስሜትና የመሳሰሉት ስለምትመለከት በዚያው መጠን እነሱን ለመታገስ ካልወሰንክ የቅርቡን እየናቁ የሩቁን የማክበር ወጥመድ ውስጥ መግባትህ አይቀርም፡፡ ከዚህም በተጨማሪ፣ የቅርብ ወዳጆችህ ካላቸው ቅርበት የተነሳ ራሳቸውን ግልጽ አድርገው የመቅረባቸውም ሁኔታ የመናቅን ዝንባሌ ሊያሳድሩብህ ይችላል፡፡ ሰዎችን ባወቁ መጠን ከመናቅ ይልቅ መታገስና ማክበር የበሳሎች ምልክት ነው፡፡

የቅርብ ሰዎችን አመስግን

በአጠገብህ ያሉ ሰዎች የሚያደርጉልህን መልካም ነገር በየቀኑ ስለምታገኘው አትልመደው:: ለምሳሌ፣ ይህንን ሁኔታ በአገር ደረጃ ብታስበው በአመት ወይም በአስር አመት አንዴ ከአንዲት "የበለጸገች" አገር ከመጣ እርዳታ የመካፈል እድል ስታገኝ፣ ምናልባት ያችን አገር ታመሰግናት ይሆናል:: ሆኖም፣ የራስህው አገር በየቀኑ የምታቀርብልህን የጥበቃ፣ በሰላም የመኖርና የተለያዩ አሁን በሕይወት ለመኖር ያበቁን መልካም ነገሮች እንዳትዘነጋ ማሰብ አለብህ:: አየህ፣ አጠገባችን እንደልባችን የምናገኛቸውን ሰዎችና ሁኔታዎች ለጥቅም ብቻ እንዳንፈልጋቸው መጠንቀቅ ተገቢ ነው:: እነዚህ ሰዎች ያደረጉልንን ነገር ሁሉ ያደረጉልን ግዴታ ስላለባቸው አይደለምና::

የቅርብ ሰዎችን ተጠቅመህ አትጣላቸው

ይህ እውነታ በቤተሰብ፣ በቅርብ ወዳጅ፣ በመስሪያ ቤትም ሆነ በአገር ደረጃ ሊተገበር የሚገባ ዘመን የማይሽረው እውነታ ነው:: ዛሬ የጠቀሙህን ሰዎችም ሆኑ ተቋማት ነገ የተሻለ ነገር ያገኘህ ሲመስልህ ምንም ጥቅም እንዳላገኘህባቸው ትተሃቸው አትጥፋ:: መለስ ብለህ ያሳደጉህን ቤተሰቦች፣ ያስተማሩህን አስተማሪዎች፣ የሰራህባቸውና ደመዎዝ የተቀበልክባቸውን መስሪያ ቤቶች፣ አገርህንም ጭምር ማሰብ አለብህ:: አሁን ራስህን የተሻለ ቦታ ስላገኘኸው ቤተሰቦችህ በህጻንነትህ ያደረጉልህ አይቅለልብህ:: ስራ ባልነበረህ ጊዜ ምንም እንኳ በእለቱ የነበረህ ደመዎዝ ትንሽ ቢሆንም ከባዱን ጊዜ የገፋህበትን ቦታ አትናቀው::

25

“ዛሬ ይቅርታን ለመምረጥ ወስኛለሁ”

ይቅርታን ከበቀል የማስቀደም ምስጢር

> “ወሳኙና ትኩረታችንን ልንጥልበት የሚገባው ነገር ከሰዎች ጋር ያጋጨንን የትናንቱን ችግር መበቀል ላይ ሳይሆን ለነጋችን ጠቃሚ በሆነው ‘ይቅርታ’ በተሰኘው ጉዳይ ላይ ሊሆን ይገባዋል”

ያለፈውን ነገር እንዳለፈ በመተው በነገው ላይ የሚያተኩሩ ሰዎች ጉልበታቸውን የሰበሰቡና ራሳቸውንም ለዘላቂ ስኬታማነት የሚያዘጋጁ ሰዎች ናቸው። በየጊዜአቱ የሚከሰቱትን ችግሮችና ስህተቶች እንዳልተፈጠሩ አድረጎ ለማየት አይናቸውን አይጨፍኑም። በምትኩ፣ ስህተትን እያብላሉ ከመኖር አልፈው ለተሰራው ስህተት ትክክለኛውን ምላሽ በመስጠት ወደፊት የሚያዩ ሰዎች ናቸው።

ታሪኩ ከተከሰተ ትንሽ ሰንበት ብሏል። ይህ ታሪክ የሆነው በስፔን ሃገር ነው። አባትና ልጅ ችላ ቢሉት ቀለል ሊል የሚችልን አንድን የግጭት ሁኔታ በማካበዳቸው ምክንያት ተጣልተዋል። በጉዳዩ ተጎድቻለሁ ባይ አባት በልጁ ላይ ከረር ስላለበትና ይቅር አልለው በማለቱ ምክንያት ልጅ ቤቱን ጥሎ በመሄድ ይጠፋል። በጊዜው ከነበረበት

ንዴት የተነሳ አባት ምንም አልመሰለውም፡፡ ከትንሽ ጊዜ በኋላ ግን ጉዳዩ እያሳሰበው ስለመጣ የልጁን ደህንነት ለማወቅ መፈለግ ጀመረ፡፡ በተለያዩ መንገዶች ሲያጣራ ከቆየ በኋላ ከብዙ ወራት ሙከራ በኋላ በዚያው ከተማ ውስጥ እንደሚኖር አወቀ፤ በትክክል የት እንዳለ ግን ማወቅ አልቻለም፡፡ ልጁ በሕይወት መኖሩንና እጅግም ያልራቀ መሆኑን ሲያውቅ የተከሰተውን ችግር ሁሉ በመርሳት ይቅርታን ሊሰጠው ፈለገ፡፡ ይህንንም ለማድረግ ልጁን ማግኘት ስላልቻለ አንድን የመጨረሻ ሙከራ ለማድረግ ቆረጠ፡፡

በማድሪድ ከተማ በሚታተመው ብዙ በመነበብ የታወቀ ጋዜጣ ላይ እንዲህ የሚልን መልእክት አወጣ፣ “ልጄ ፓኮ፣ ያለፈውን ስህተተህን ሁሉ ይቅር ስላልኩህ እባክህን ቅዳሜ ከቀኑ በስድስት ሰዓት በዚህ ጋዜጣ ማተሚያ ዋና ቢሮ በር ላይ ላግኝህ፡፡ የሚወድህ አባትህ፡፡” በተባለው ቀን ይህ አባት ልጁን ለማግኘት በተቀጣጠሩበት ቦታ ሲሄድ አንድን አስገራሚ ነገር ተመለከተ፡፡ ስማቸው ፓኮ የሆነና ከአባታቸው ይቅርታን የሚፈልጉ 800 ወጣቶች መልእክቱ የተላከው ከእነሱ አባት ስለመሰላቸው በዚያ ቢሮ በር ላይ ተሰብስበዋል፡፡ በተከሰተው ነገር እጅግ የተገረመው አባት ከዚያ ሁሉ ወጣት መካከል ልጁን ፈልጎ አግኝቶ ከሳመው በኋላ፣ “ዛሬ ይቅርታን ለመምረጥ ወስኛለሁ” አለውና ይዞት ወደቤቱ ወሰደው፡፡

ማሕበራዊ ኑሮ እስካለ ድረስ አለመግባባት የተሰኘው የሕይወት ሂደት የማይቀር ጉዳይ እንደሆነ የዘነጉ ሰዎች ትኩረታቸውን ሁሉ በዚያ አለመግባባት ላይ ሲያደርጉ ይገኛሉ፡፡ ትኩታቸውን የሚጥሉበት ነገር የወደፊታቸው ላይ ታላቅ ተጽእኖ እንዳለው የገባቸው ሰዎች ያለፈውን በመተው ወደፊት በመዝለቃቸው ላይ ሲያተኩሩ፣ ሌሎች ግን በአለመግባባትና በጸብ “መንፈስ” ውስጥ የመቆየት ዝንባሌ አላቸው፡፡ ትኩረታቸውን በይቅርታና ከተከሰተው ችግር ባሻገር በመሄድ ላይ ማድረግን ትተው ነገርን በመጎተትና በማካበድ ላይ የሚያደርጉ ሰዎች ወደ ተሻለ ሕይወት ለመዝለቅ የሚያበቃ አመለካከት እንደጎደላቸው አመልካች ነው፡፡

እንደ እውነቱ ከሆነ በማንኛውም ትርጉም ባለበት ግንኙነት ውስጥ አለመግባባት አለ፡፡ ምንም አይነት አለመግባባት የሌለበት ግንኙነት ላይ ላዩን የሆነና ለምንም አይነት አላማ ያልቆመ ግንኙነት ነው፡፡ ለዚህ ነው ከእኛ ራቅ ካለ ሰው ይልቅ ከቅርብ ወዳጆቻችን ወይም የስራ ባልደረቦቻችን ጋር ብዙውን ጊዜ በአለመግባባት ውስጥ ራሳችንን የምናገኘው፡፡ አለመግባባት በማንኛውም ጤናማ ግንኙነት ውስጥ ከመከሰት የማይከለከል ሂደት እንደሆነ በሚገባ ስንረዳ ትኩረታችንን ባለፈውና ልንመልሰው በማንችለው ነገር ላይ ማድረጉን ትተን በፊታችን ባለውና ለውጥ በሚያመጣው ጉዳይ ላይ እንጥላለን፡፡

> አንዳንድ ጊዜ ቂም የተያዘበት ሰው ሁሉን ረስቶ መንገዱን በመሄድ ሕይወትን ሲኖራት ቂመኛው ግን ያንን ሲያሰላስል በህመም ይኖራል፡፡

ሁለት በአየር ላይ የሚበሩ ፍጥረታትን አስብ፤ ዝንብንና ንብን፡፡ ዝንብ ቆሻሻው፣ መጥፎ ሽታ ያለውና የሞተው ነገር ሲስባት፣ ንብ ደግሞ ንጹህ፣ መልካም ጠረን ያለውና ሕይወት ያለው ነገር ይስባታል፡፡ ዝንብ ቆሻሻን ስታዛምት፣ ንብ ጣፋጭ ነገርን ታመርታለች፡፡ አሁንም ሁለት በአየር ላይ የሚበሩ ፍጥረታትን አስብ፤ ንስርንና ጥንብ አንሳን፡፡ ንስር ሕይወት ያለውን ነገር ተናጥቆ ሲመገብ፣ ጥንብ አንሳ የሞተን ነገር ሲያድን ይኖራል፡፡ ምርጫው የእኔ ነው፡፡ ያለፈውንና የሞተውን ነገር መከታተልና ያንን "እየተመገቡ" መኖር፣ ወይስ ያንን ትቶ የወደፊቱን፣ ትኩሱንና በይቅርታ የታደሰውን?

እንደ ይቅርታ የመሳሰሉ በሕብረተሰቡ መካከል ጎልተው የሚታዩ ሁኔታዎች የስሜትን ውስጠኛ ክፍል የሚነኩ ጉዳዮች ስለሆነ ሰዎች በቀላሉ የሚተገብሯቸው ሁኔታዎች አይደሉም፡፡ ስለሆነም፣ ምናልባት ከዚህ በታች የተጠቀሱት አጋዥ ሃሳቦች ድጋፍን ይሰጣሉ ብዬ አምናለሁ፡፡

ቂመኝነት የሚጎዳው አንተንው እንደሆነ አስብ

ይህ በሳይንስ የተረጋገጠ እውነት ነው፡፡ አንድ ሰው ሲበድልህና በዚያ ሰው ላይ ቂምንና ጥላቻን በውስጥህ አምቀህ ስትይዝ ከሚመጣብህ ክፉ ተጽእኖ አንዱ ትኩረትን በማጣት ከመስመር መውጣት ነው፡፡ ይህ መዘዝ በፍጹም በቀላሉ ሊታይ የማይገባውን ችግር ያስከትላል፡፡ የቂመኛነት መዘዝ ግን እዚያ ላይ ቢያቆም ጥሩ ነበር፡፡ እንደ ቂም፣ ቁጣ፣ ጥላቻና የመሳሰሉት የስሜት ቀውሶች በሚደጋገሙና በቶሎ መፍትሄ በማይፈለግላቸው ጊዜ በሰውየው ጤንነት ላይም አደገኛ ተጽእኖ እንዳላቸው ይታመናል፡፡ አንዳንድ ጊዜ ቂም የተያዘበት ሰው ሁሉን ረስቶ መንገዱን በመሄድ ሕይወትን ሲኖራት ቂመኛው ግን ያንን ሲያሰላስል በህመም ይኖራል፡፡

ይቅርታ የተደረገልህን ጊዜ አስታውስ

ከሰው ልጅ አስገራሚ ባህሪይ አንዱ ለእርሱ እንዲደረግለት ሲፈልግ መድፈሩ፣ የእርሱ ተራ ሲደርስ ደግሞ "ማፈሩ" ነው፡፡ መንገድ ተዘግቶብን ስንጨናነቅ ያኛው ሹፌር ቆሞ እንዲያሳልፈን እንጠብቃለን፡፡ መንገድ ለቅቀን ማሳለፍ ያለብን እኛ ስንሆን እንዳላየ እንሆናለን፡፡ መለስ በልና ከልጅነትህ ጀምሮ የነበረህን ሕይወት ማስታወስ የምትችለውን ያህል ለማስታወስ ሞክር፡፡ ብዙ ጊዜ ሁለተኛ እድል፣ አንዳንዴም ከሶስተኛ እድል በላይ የተሰጠህ ሰው ነህ፡፡ ላጠፋሃቸው ጥፋቶች ሁሉ የሚገባህን አላገኘህም፡፡ ከዚህ በፊት ቢያንስ አንድ ሰው አንድን ስህተትህን እያየ እንዳላየ፣ እያወቀ እንዳላወቀ አልፎልሃል፡፡ ዛሬ ደግሞ የአንተ ተራ ነው፡፡

የይቅርታን ዘር ዝራ

ዛሬ ለአንድ ለበደለህ ሰው ይቅርታ በማድረግና ባለማድረግ መካከል ስትታገል ራስህን ካገኘኸው በአንድ እውነታ ለይቅርታ እንድትነሳሳ ደገፍ ላድርግህ፡፡ ነገ ራስህን በአንድ ስህተት እንደምታገኘውና አንተም ከሰዎች ይቅርታን የምትፈልግበት ጊዜ ይመጣል፡፡ ይህ ነጥብ የምናደርጋቸው ነገሮች ሁሉ ዘር የመሆናቸውን እውነታ የሚያጎላ ነጥብ

ነው፡፡ ዛሬ ለሰዎች ያደረግከው መልካም ነገር ነገ በሰዎች ይደረግልሃል፤ ዛሬ በሰዎች ላይ ያደረግከው ክፉ ነገር ሁሉ ነገ በሰዎች ይደረግብሃል፡፡ የሄደ ሁሉ ይመለሳል፤ ወደ ላይ የወጣ ሁሉ ወደ ታች ይወርዳል፤ የተዘራ ነገር ሁሉ ይበቅላል፡፡ ከዚህ ውጪ ሌላ ሂሳብ የለም፡፡

“ራሴን በመለወጤ አልጸጸትም”

ለውጥን ከራስ የመጀመር ምስጢር

> “ወሳኙና ትኩረታችንን ልንጥልበት የሚገባው ነገር የሌሎች ሰዎች አመለካከትና ሁኔታ መለወጡ ላይ ብቻ ሳይሆን በቅድሚያ የራሳችን አመለካከትና ሕይወት የመለወጡ ጉዳይም ላይ ሊሆን ይገባዋል”

በዚህ አለም ላይ እጅግ አስገራሚ ሰዎች አሉ፡፡ እነዚህ ሰዎች ለለውጥ የተነሱ ሰዎች ናቸው፡፡ አንድ ነገር አሁን ካለበት ሁኔታ ሊሻሻል እንደሚችል እያወቁ ዝም ማለት ያስቸግራቸዋል፡፡ ከዚህ አስገራሚ እይታቸው በተጨማሪ ለማምጣት የሚፈልጉት ለውጥ መጀመር ያለበት ከራሳቸው እንደሆነና በመጀመሪያ ራሳቸውን ሳይለውጡ ምንም አይነት ለውጥ ሊያመጡ እንደማይችሉ ያውቃሉ፡፡

አንድ ሰው ገና በጎልማሳነቱ የአለምን ሁኔታ ሲመለከት፣ “ይህቺ አለም እጅግ በጣም አሳዛኝ ሁኔታ ላይ ነች ያለችው፡፡ ስለሆነም አለምን መለወጥ አለብኝ” ብሎ በማሰብ አንድን ጉዞ ጀመረ - አለምን የመለወጥ ጉዞ! ብዙም ሳይቆይ ለአለም ገናና መንግስታት

የአቤቱታ ደብዳቤ መጻፍን ጀመረ፡፡ ጽሑፉ ላይ በአለም ላይ ስላለው ክፋት፣ ሰዎች ራስ ወዳድ ስለመሆናቸውና ሌሎች ሌሎች ሁኔታዎች በመዘርዘር ያስረዳል፡፡ የሚሰማው ግን አጣ፡፡ በኢሜይል፣ በድህረ-ገጽ፣ በፌስቡክና በመሳሰሉት በአለም ታዋቂ ለሆኑ ሰዎች ሁሉ ጩኸቱን ለማሰማት ቢሞክርም አልተሳካለትም፡፡

ከጥቂት አመታት በኋላ፣ “ምነው ራሴን ትንሽ ሰብሰብ ባደርግና በአፍሪካ ላይ ባተኩር” አለና ያንኑ ደረገውን ነገር በአፍሪካ ሃገር መሪዎችና ታዊቂ ሰዎች ደገመው፡፡ አሁንም የተወሰኑ አመታትን ካባከነ በኋላ ምንም አይነት ምላሽ ከማንም ሰው ማግኘት አልቻለም፡፡ ስለሁኔታው ደግሞ አሰበና ለራሱ እንዲህ አለ፣ “ከአፍሪካ ጋር ምን አጋፋኝ የምኖርባትን ሃገር ከለወጥኩ ስለሚበቃኝ በሃገሬ ላይ ባተኩር ይሻላል” በማለት በሚኖርባት ሃገር ላይ ማተኮርን ቀረጠ፡፡ በዚህ ሃሳቡ፣ አንድም የመንግስት ቢሮ አልቀረውም፡፡ ስለቆሻሻው፣ ስለተለያዩ ማህበራዊ ችግሮችና ሌሎችም ስለሚያንገበግቡት ሁኔታዎች የውስጡን ጽኑ ምኞት ለማሰማት ብዙ የተወሰኑ አመታት ታገለና የሚሰማው ያጣ ስለመሰለው ደከመው፡፡ የአሁኑ ድካሙ በሃገር ደረጃ መሞከርን ትቶ በሰፈር ደረጃ መሞከር ላይ እንዲያተኩር አነሳሳውና ያንኑ ሁኔታ በየጎረቤቱ ለማከናወን ብዙ ጥረትን ካደረገ በኋላ አሁንም አልሳካ ያለው ይህ ሰው መለስ ብሎ ሲያስበው፣ “ከቤተሰቤ ለምን አልጀምርም” ብሎ አሰበ፡፡ ሚስቱንና ልጆቹን “ይህንና ያንን ለውጡ” በማለት ይወሰውሳቸው ጀመር፡፡ ቤተሰቦቹ ወይ ፍንክች አሉ፡፡ በዚህ ሁኔታ ሌሎችን አመታት አባከነ፡፡ በመጨረሻ አንድን እድል ልሞክር አለ፣ “ብዙ ለውጥን ለማምጣት ጥረት አድርጌ አልተሳካልኝም፣ አሁን ግን መጀመሪያ ራሴን መለወጥ ብሞክር ይሻለኛናል” በማለት የራሱን አስቸጋሪ ባህሪያትና ልማዶች ማሰብ ጀመረ፡፡

ይህ ሰው ብዙም ሳይቆይ አንድን ለውጥ ማየት ጀመረ፡፡ ልክ የራሱን አመለካከትና የሕይወት ዘይቤ ሲለውጥ፣ ባለቤቱና ልጆቹ በእርሱ ተጽእኖ ውስጥ በመውደቃቸው እነርሱም ሁኔታቸውን መለወጥ ጀመሩ፡፡ ብዙም ሳይቆይ ጎረቤቶቻቸው ሁሉ የእርነሱን

የኑሮ ዘይቤ ማየትና መመኘት ስለጀመሩ አካባቢው መለወጥ ጀመረ፡፡ ጉዳዩ ወደሌላኛው ሰፈር በመዛመቱ ከተማይቱ በጥቂት ጊዜ ውስጥ መለወጥ ጀመረች፡፡ መለስ ብሎ ሲያስበው አሁን ያንን የለውጥ ጎዞ ከጀመረ ብዙ አመታትን በማስቆጠሩ አሁን እድሜው ገፍቷል፡፡ ያሳፈውና ያባከነው ጊዜ ቢቆጨውና፣ “ምነው ገና ለጋ ሳለሁ የራሴ መለወጥ ላይ ባተኮርኩ ኖሮ” ቢልም እንኳ፣ አሁን በማየት ላይ ያለው ለውጥ እጅግ የሚያጓጓ በመሆኑ፣ “ራሴን በመለወጤ አልጸጸትም” በማለት የደስታ ጉዞውን ቀጠለ፡፡

በዚህ አለም ላይ እጅግ አስገራሚ ሰዎች አሉ፡፡ እነዚህ ሰዎች ... ለማምጣት የሚፈልጉት ለውጥ መጀመር ያለበት ከራሳቸው እንደሆነና በመጀመሪያ ራሳቸውን ሳይለውጡ ምንም አይነት ለውጥ ሊያመጡ እንደማይችሉ ያውቃሉ፡፡

የትክክለኛና ዘላቂ የሆነው ለውጥ መጀመር ያለበት ከራሳቸው የመሆኑን ምስጢር ያልተገነዘቡ ሰዎች ስለዚህኛውና ስለዚያኛው ሁኔታ የነቀፌታ ሃሳብ ከመስጠት አልፈው መሄድ አይችሉም፡፡ እንደዚህ አይነት ሰዎች በአለም ላይ ስላለው የችግር አይነት በዝርዝር የማቅረብ ብቃቱ አላቸው፡፡ በተጨማሪም የተከሰቱ ችግሮች ሁሉ ምክንያት ማን እንደሆነ ጣትን የመጠቆም በቂ አቅም አላቸው፡፡ በቤታቸው፣ በመስሪያ ቤታቸው፣ በመንደራቸው፣ በሃገራቸውና ከዚያም አልፎ በአህጉርና በአለም ደረጃ ችግር ፈጣሪው ማን እንደሆነ የማብራራት ብቃቱ አላቸው፡፡ ትኩረታቸው ሁሉ ተወቃሹና ጥፋተኛው ማን እንደሆነ አድኖ የማግኘት ስለሆነ ትክክለኛውና ዘላቂው የለውጥ ምንጭ ጠፍቶባቸዋል፡፡

የአለምን ታሪክ ተመልከት፣ የችግርና የመፍትሄ ኡደት ታያለህ፡፡ ለብርድ ችግር የአየር ማሞቂያ ተፈጠረ፣ ለጨለማ ችግር መብራት ተፈለሰፈ፣ ለተለያዩ ማህበራዊ ችግሮች ሕገ-መንግስት ተቋቋመ፣ ለተለያዩ የጤንነት ችግሮች መድሃኒት ተቀመመ ... ታሪኩ ብዙ ነው፡፡ የአለም ታሪክ በችግርና በመፍትሄ ቅብብሎሽ የተሞላ ነው፡፡ መፍትሄው

የተገኘው ግን ጣትን ወደሌላው ሰው ከመጠቆም ይልቅ ከራሳቸው በጀመሩ ሰዎች ነው፡፡

ችግር ያለው ሌላው ሰው ጋር እንደሆነ ስናስብ ዝንባሌአችን ተወቃሹ ማን እንደሆነ ወደ መፈለግና ጣትን ወደ መጠቆም ብቻ ሊያዘነብልብንና ከመስመር ልንወጣ እንችላለን፡፡ ይህ እንዳይሆን ልንወስዳቸው የምንችላቸው አንዳንድ እረምጃዎች አሉ፡፡

እንከን የሌለው ነገር እንደማይገኝ አስብ

በዚህ አለም ላይ የትም ሂድ፣ ምንም አይነት ከውጪ ሲታይ ውብ የሆነ ሁኔታ ጋር ጠጋ ብለህ ተመልከት እንከን የሌለበት ሁኔታ አታገኝም፡፡ ሁሉም ሰው ጤናማ ስላልሆነ ሃኪም አስፈለገን፣ ሁሉም ሕብረተሰብ ከችግር ነጻ ስላልሆነ ሕግ፣ ጠበቃና የመሳሰሉት ችግር ፈቺ አሰራሮች አስፈለጉን፣ የገንዘብ አያያዝ ችግራችን አካውንታንት እንዲኖረን አስፈለገን፡፡ በአለም ላይ ታላላቅ የሚባሉ አገሮች እንኳ የራሳቸው የሆነ ችግር አላቸው፡፡ የራስህን ሁኔታ ተመልከተው፣ ብዙ ሳትቆይ ያሉብህን ደካማ ጎኖች ማየት ትጀምራለህ፡፡ አንዳንዶቹ ማንም ሰው የማያውቀው፣ ሎሎቹ ደግሞ ለሰው ሁሉ ግልጽ የሆኑ፡፡

ሙሉ መፍትሄ ማንም ሰው ጋር እንደሌለ እወቅ

በአለም ላይ ላለው ችግር በሙሉ ሙሉ መፍትሄ ሊሰጥ የሚችል ሙሉ ብቃት ያለው አንድም ሰው የለም፡፡ ለአንዱ ያስቸገረው ለሌላው ቀለል ብሎ ይገኛል፡፡ ምእራባውያን የሚቸገሩባቸው እኛ አፍሪካውያን ግን ከምንም የማንቆጥራቸው በርካታ ሁኔታዎች አሉ፡፡ በተቃራኒውም ለእነሱ የቀለሉ ለእኛ ደግሞ ያስቸገሩን ብዙ ሁኔታዎች አሉን፡፡ ይህንን ነጥብ ወደ ግልህ ስታወርደው እውነታው አይለወጥም፡፡ ይህንን እውነታ በሚገባ መገንዘብ በአካባቢህ ላሉ ችግሮች ሁሉ የመፍትሄ ሃሳብ አንተ ጋር ብቻ እንደሌለ ወደ ማስተዋል ትመጣ ይሆናል፡፡ ውጤቱ፡- ይህንና ያንን ለመለወጥ ከመሯሯጥ በፊት ትኩረትን ራስን በመለወጥ ላይ ማድረግ፡፡

የመፍትሄው እንጂ የችግሩ አካል አትሁን

በእያንዳንዱ ሕብረተሰብ ውስጥ ሁለት አይነት አዎች አሉ፡፡ የችግሩ አካል የሆነና የመፍትሄው አካል የሆኑ፡፡ የችግሩ አካል ናቸው የምንላቸው ሰዎች፣ በአንድ ጎኑ ለተከሰቱት ችግሮች መንስኤ የሆኑትን ሲሆን፣ በሌላ ጎኑ ደግሞ ያለውን ችግር በመጠቆምና በማጋነን ሃሳብ ከመስጠት ያለፈ ነገር የማያደርጉ ናቸው፡፡ የችግሩ አካል ለመሆን የግድ ችግር ፈጣሪዎች መሆን የለብንም፡፡ ችግርን ማራገብ፣ ተወቃሽን መፈለግ፣ መፍትሄ እንደሌለ ማውራትና የመሳሰሉት አጉል አመለካከቶች ሁሉ አንድን ሰው የመፍትሄው አካል ከመሆን ይልቅ የችግሩ አካል እንዲሆኑ የሚያደርጋቸው ዝንባሌዎች ናቸው፡፡

27

የአበባው ውበትና የስፍራው ቆሻሻነት

ምቾትንና እድገትን የማጣጣም ምስጢር

"ወሳኙና ትኩረታችንን ልንጥልበት የሚገባው ነገር አሁን ያለንበት ቦታና ሁኔታ ለእኛ የመመቸቱና ያለመመቸቱ ጉዳይ ላይ ሳይሆን በአሁኑ ሁኔታችን ምክንያት ጠንክረን ነገ የምንደርስበት የተሻለ ሁኔታ ላይ ሊሆን ይገባዋል"

ትኩረቱን ከጊዜአዊው ነገር ባሻገር ያደረገ ሰው ለነገ ውጤት የግድ ዛሬ መልፋት እንዳበት በሚገባ ያውቃል፡፡ ዛሬ ለጥቂት ጊዜ የሚታገሳቸው የማይመቹ ሁኔታዎች የነገውን ዘላቂ የሆነን የተደላደለ ሁኔታ እንደሚፈጥሩለት ተገንዝቧል፡፡ ስለሆነም፣ ትኩረቱን ከዛሬው ውጣ ውረድና አለመመቸት ላይ አንስቶ ነገ አድጎ የሚደርስበት ሁኔታ ላይ አድርጓል፡፡

አንዲት የ23 ዓመት ወጣት የሁለተኛ ደረጃ ትምህርቷን በጥሩ ሁኔታ ካጠናቀቀች በኋላ የኮሌጅ ትምህርቷን ለመከታተል ወደ ተመደበችበት ክፍለሃገር ከሄደች አራት አመት ሆኗታል፡፡ ለአባትና ለእናቷ ብቸኛ ልጅ በመሆኗ ቤተሰቦቿ ለመልቀቅ ተቸግረው ነበር፡፡

ይባስ ብሎ ከነበረባት የገንዘብ እጥረት የተነሳ ለትምህርት ከሄደች ጀምሮ ለአራት አመታት ሳትጠይቃቸው ነው የቆየችው፡፡ እርሷም ቢሆን የሄደችበት ቦታ በፍጹም አልተስማማትም ነበር፡፡ በመጨረሻም በጥሩ ውጤት ተመርቃ ከአራት አመታት በኋላ መጣች፡፡ ሰፈሯ፣ ግቢዋና የምትተኛበት መኝታ ቤቷ ሳይቀር ናፍቋታል፡፡ ካጓደኞቿ ጋር ከተሳፈረችበት አውቶቡስ ወርዳ ከእነርሱ ጋር ከተለያየች በኋላ እቤቷ ለመድረስ ልቧ ቸኩሏል፡፡ እቤት ስትገባ አባቷ ስራ፣ እናቷ ደግሞ ማሕራዊ ጉዳይ ስለነበረባቸው አላገኘቻቸውም፡፡ ገና ግቢ ውስጥ ስትገባ ትኩረቷን የሳበው በግቢ ውስጥ የተተከሉት አትክልቶች ናቸው፡፡ በተለይም ደግሞ አንድ እጅግ ውብ የሆነ አበባ አየችና አበባውን ለማሽተት በጣም ጓጓች፡፡ ወደ አበባው በመጠጋት በርከክ ብላ ለማሽተት ስትሞክር ከአበባው መዓዛ ይልቅ ለአበባው ልምላሜ ተብሎ አፈሩ ላይ የተደፋው ፍግና የተለያየ የተፈጥሮ ማዳበሪያ ጠረን አፍንጫዋን ሰነጠቀው፡፡ ተበሳጨች! “እንዴት ይህንን የመሰለ ውብ አበባ እንደዚህ ባለ አስቀያሚ ቦታ ላይ ይተክሉታል? የአበባው ውበትና የስፍራው ቆሻሻነት አይመጣጠንም” በማለት ለብቻዋ ካልጎመጎመች በኋላ አበባውን ነቅላ ከጠራረገችው በኋላ መኝታ ቤቷ ወስዳ አልጋዋ አጠገብ በሚገኝ አነስተኛ ቆርቆሮ አፈር ሞላ ሞላ አድርጋ ተከለችው፡፡

ቤተሰቦቿ መጥተውና ናፍቆታቸውን ከተወጡ በኋላ ቀናት አለፉ፡፡ አንድ ቀን አባት አትክልት ሊያጠጣ ወጣ ሲል ያንን ውብ አበባ ያጣዋል፡፡ ነገሩን ሲያጣራ ልጁ ያደረገችውን ገለጠችለት፡፡ “እስቲ አበባውን አሳይኝ” ሲላት ወደ ክፍሏ ወስዳ ስታሳየው አበባው ጠውልጓል፡፡ ነገሩ ቢያስደነግጣትም፣ “ይህንን የመሰለ አበባ ለምን ጥሩ ያልሆነ ቦታ ይተከላል ብዬ ነበር ያመጣሁት” አለችው፡፡ “እየሽ” አላት አባቷ፣ “አበባው የተተከለበት ቦታ ምንም የሚሸትና የማያምር ቢሆንም እንኳ ለአበባው እድገት ወሳኙ ቦታ እሱ ነው፡፡ ለጊዜው የሚመችውን ቦታ ሰጥተሽው አበባው የተፈጠረለትን ግሩም መዓዛ የመስጠት ዓላማ ከምታበላሽበት ለጊዜው በማይመቸው ስፍራ ሆኖ ነገ ውብ ቢሆን ይሻለዋል”፡፡ ከዚያም ጨመር አረገና፣ “በነገራችን ላይ፣ የሰው ልጅ ሕይወትም ሁኔታ እንደዚሁ ነው፡፡ የራስሽን የትምህርት ሁኔታ ተመልከችው፡፡ ስትሄጂ ደስተኛ

አልነበርሽም፣ በዚያም የነበረው ሁኔታ አልተስማማሽም ነበር፣ ሆኖም አሁን ያለሽበት ደረጃ ለመድረስ ግን በዚያ ሁኔታ ማለፍ ነበረብሽ"፡፡

ነገ ለማጨድ፣ ዛሬ መዝራት፣ ነገ ለመለምለም ዛሬ የዝናቡን አሰልቺነት መታገስ፣ ነገ ለመበልጸግ ዛሬ መስራትና ማጠራቀም እንዳለባቸው የማያስተውሉ ሰዎች ትኩረታቸው ሁሉ የዛሬ ምቾታቸው ላይ ነው፡፡ እንደዚህ አይነት ሰዎች አሁን ለፍተውና ከፍለው ነገ ከሚረጋጉ፣ አሁን ተዝናንተውና ተመችቷቸው ነገ ቢከፍሉ ይሻላቸዋል፤ አሳዛኝ አመለካከት! ዛሬ ከማይመቻቸውና ከበድ ካላቸው ሁኔታ ሁሉ እየሸሹ መኖራቸው ነገ መሆን የሚገባቸውን ማንነት እንዳይሆኑና መድረስ የሚገባቸው ደረጃ እንዳይደርሱ እንደሚገታቸው አልገባቸውም፡፡ ዛሬ ቀላል ቀላሉን መምረጥ ማለት ከባድ ከባዱን ለነገ የማስተላለፍ ምርጫ እንሆነም አልታያቸውም፡፡

ከማንኛውም ምቹ ነገር በፊት አለመመቸት አለ፡፡ ከማንኛውም ትግል በኋላ ደግሞ የእረፍት ጊዜ አለ፡፡ ይህ የማይለወጥ የሕይወት ሕግ ነው፡፡

ምቾት ጥሩ ነው፣ ሆኖም ምቾት ውስጥ ከመግባት በፊት ብዙ አለመመቸትን ማለፍ የግድ ነው፡፡ መራመድና እንዲሁም ለመሮጥ መብቃት መልካም ነው፣ ሆኖም እዚያ ደረጃ ከመድረስ በፊት መዳህ የግድ ነው፡፡ መበልጸግ መልካም ነው፣ ሆኖም እዚያ ደረጃ ከመደረሱ በፊት ጠንክሮ መስራት አስፈላጊ ነው፡፡ መውለድና ልጅ ማየት ደስ ያሰኛል፣ ሆኖም የዘጠኝ ወር ጽንስና የሰዓታትን ምጥ መታገስ የግድ ነው፡፡ ከማንኛውም ምቹ ነገር በፊት አለመመቸት አለ፡፡ ከማንኛውም ትግል በኋላ ደግሞ የእረፍት ጊዜ አለ፡፡ ይህ የማይለወጥ የሕይወት ሕግ ነው፡፡

ከማይመቸው አልፎ ወደ ተደላደለው ለመዝለቅ መሰረታዊ የአመለካከት ለውጥ ማድረግ የግድ ይሆናል፡፡ የሚከተሉትን ጠቃሚ ነጥቦች ላስታውስህ፡፡

አለመመቸትን አትሽሽው

የአለማችንን ሁኔታ በመሸሽ የሚኖሩ ሰዎች ምንም ነገር የማይገነቡ ሰዎች ናቸው፡፡ አንዳንድ ሰዎች የማይመችን ሁኔታ በመሸሽ ነው የሚኖሩት፡፡ ወደ አንድ ስራ ይገባሉ፣ ትንሽ ከሰሩ በኋላ የመጀመሪያው የማይመች ሁኔታ እንደተከሰተ ጥለው ይሄዳሉ፡፡ መስራትና መኖር ስላለባቸው ብዙም ሳይቆዩ ሌላኛው መስሪያ ቤት ውስጥ ራሳቸውን ያገኙታል፡፡ ችግር የሌለበት የማህበራዊ ሕይወት እንደሌለም በዚያም ቦታ እንደገና ማየት ይጀምራሉ፡፡ እንዲህ እያሉ ከአንዱ ስራ ወደ ሌላው፣ ከአንዱ ሰፈር ወደ ሌላኛው፣ ከአንዱ ወዳጅነት ወደሌላኛው በመዘዋወር በዚህ አለም ላይ ተፈልጎ የማይገኝን ከችግር ነጻ የሆነን ሁኔታ ሲፈልጉ እድሜያቸውን ይፈጃሉ፡፡

ምቾትን አትመነው

አንድ ሰው ወደ ሃኪም ሄዶ ሙሉ ስለሆነ ጤንነቱ ሲነግረው፣ "ጤናማ ከመሆኔ የተነሳ ቢቆነጥጡኝ እንኳ አያመኝም" ቢለው ሃኪሙ በቀጥታ ከፍተኛ ምርመራን ነው የሚያዝለት፡፡ የህመም ስሜት የማይሰማው ማንነት የደነዘዘና መታመሙን እንኳን ሳያውቀው የሚያልቅለት ማንነት ነውና፡፡ ምንም እንከን የማይገኝለትን ሁኔታ ሲፈልግ የሚኖር ሰው ያንን ሁኔታ በፍጹም እንደማያገኘው ሁሉ፣ "ሁሉም ተመችቶኛል፣ ምንም ችግር የለብኝም" የሚል ሰውም ከተጠራቀመና የኋላ ኋላ አጥፊ ከሆነ ችግር አያመልጥም፡፡ ችግርና አለመመቸት የራሱ ተጽእኖ እንዳለው ሁሉ ምንም አይነት አለመመቸት የሌለው ሁኔታም የራሱ የሆነ መዘዝ አለው፡፡

የነገን አስብ

ምናልባት ያለህበት የኑሮ ሁኔታ የማይመች ይሆናል፡፡ ምናልባትም፣ አሁን ትምህርትህን ለመከታተል ብዙ ውጥረት እያለፍክ ሊሆንም ይችላል፡፡ ነገ ለማድረግ ላሰብከው ነገር ዛሬ ገንዘብ ማጠራቀምህ የማይመች ሁኔታን እንደፈጠረብህ ጥያቄ የለውም፡፡ እነዚህ

ሁኔታዎች ዛሬ የሚሰጡህን የተስፋ መቁረጥ ስሜት አልፎ ለመሄድ ግን ነገ የሚቆይህን የስኬት ደረጃ ማሰብ እጅግ አስፈላጊ ነው፡፡ ስዚህም፣ ዛሬ የምትከፍላቸውን መስዋእትነቶች አልፈህ ነገን ስታየው የምትደርስበትን ደረጃ በማሰብ ካለማቋረጥ የመስራትንና ለመሻሻል መጣጣርን ማዳበር ታላቅ ምርጫ ነው፡፡

እ-ዳ አለብሽ ካልከኝ እከፍልሃለሁ

የተደረገልንን የማስታወስ ምስጢር

> "ወሳኙና ትኩረታችንን ልንጥልበት የሚገባው ነገር እኛ ለሰዎች አደረግን ብለን የምናስበው ውለታ ላይ ብቻ ሳይሆን ሌሎች ለእኛ ያደረጉልንንና አሁን የደረስንበት ደረጃ ለመድረስ ወሳኝ በሆኑት ነገሮችም ጭምር ላይ ሊሆን ይገባዋል"

ለሰዎች "ይህንና ያንን ውለታ ሰርቻለሁ" በማለት ከመዘገባቸው ነጥቦች አጠገብ ሌሎች ሰዎች ለእርሱ ያደረጉለትም ጭምር በመመዝገብ ሁኔታውን አመዛዝኖ የሚመለከት ሰው እጅግ ውብ የሆነ አእምሮ ያለው ሰው ነው፡፡ እንዲህ አይነቱ ሰው ከራሱ ይልቅ ሌሎችን ያስቀደመ ሰው ከመሆኑ ባሻገር የትኩረትን ምስጢር በሚገባ የተረዳ ሰው ነው፡፡

የአስራ ሶስት አመት ልጅ ነው፡፡ በእናቱ ላይ ፊቱን ካኮማተረና ካኮረፈ ሰንበት ብሏል፡፡ ለምን ጸባዩ እንደተቀያየረ ለማወቅ ብዙ ብትጠይቀውም መልስ አልሰጥ ስላላት፣ "ጉርምስና" ጀምሮታል" ብላ ተወት አድርጋዋለች፡፡ አንድ ቀን ወደ እናቱ መጣና አንድን ደብዳቤ ሰጣት፡፡ በእንደዚህ መልኩ ደብዳቤን ከልጇ ተቀብላ ስለማታውቅ ለማንበብ ቸኩላ ስትመለከተው እንዲህ የሚል ጹሑፍ አገኘች፡፡

ይህንን ደብዳቤ ለመጻፍ የፈለኩት ያለብሽን እዳ ላስታውስሽና እንድትከፍለኝ ለመጠየቅ ነው፡፡

- ግቢ ውስጥ ያደገውን ሳር የቆረጥኩበት = 5 ብር
- ክፍሌን ያጸዳሁበት = 2 ብር
- ወደ ሱቅ የተላላኩበት = 3 ብር
- ሱቅ ስትሄጂ ወንድምህን ጠብቅ ብልሽኝ የጠበቅኩበት = 4 ብር
- ቆሻሻ የደፋሁበት = 5 ብር
- ትምህርት ቤት ጥሩ ውጤት ያመጣሁበት = 5 ብር

ያለብሽ እዳ ጠቅላላ ድምር = 24 ብር

ብዙ ውለታ ያደረገችለትና በጣም የምትወደው ልጇ ሁኔታውን በዚህ መልኩ ማየቱና ያደረገውን ሁሉ እንደ እዳ መቁጠሩ በጣም አስገረማት፡፡ ሁኔታውን በምን መልክ እንደምትይዘው ካሰበች በኋላ ወረቀቱን ገለበጠችና እንዲህ የሚል የምላሽ ደብዳቤ ጻፈችለት፡-

እዳዬን ስላስታወስከኝ አመሰግናለሁ፡፡ በመጀመሪያ አንተ ያለብህን እዳ ላስታውስህና አሁንም እዳ አለብሽ ካልከኝ እከፍልሃለሁ፡፡

- ዘጠኝ ወር ሙሉ ማህጸኔ ውስጥ የተሸከምኩበት = ከክፍያ ነጻ
- በታመምክ ጊዜ ሁሉ ወደ ሃኪም ቤት ያመላለስኩበትና ገንዘብ ከፍዬ ያሳከምኩበት = ከክፍያ ነጻ

- ሌሊት ስታለቅስ ቁጭ ብዬ በመንከባከብ ያደርኩበት = ከክፍያ ነጻ
- ከልጅነትህ ጀምሮ ጡት ያጠባሁበትና በየቀኑ ምግብ ሰርቼ ያበላሁበት = ከክፍያ ነጻ
- መጫወቻ፣ ልብስና ጫማ የገዛሁበት = ከክፍያ ነጻ
- አንድ ነገር እንዳይደርስብህ ወደ ፈጣሪ ጸሎት በማድረግ ያሳለፍኳቸው ቀናትና ሰዓታት = ከክፍያ ነጻ

ያለብህ እዳ ጠቅላላ ድምር = 0

ይህንን የእናቱን ደብዳቤ ያነበበው ይህ የአስራ ሶስት አመት ልጅ ሳያስበው አይኖቹ በእንባ ተሞሉ፡፡ እስከዛሬ የታየው እሱ አደረኩኝ የሚለው እንጂ የተደረገለት ነገር አልነበረም፡፡ የእናቱ ምላሽ እድሜ ልኩን የማይረሳ ትዝታን ተወለት፡፡

አንዳንድ ሰዎች እነሱ የከፈሉትን መስዋእትነት ብቻ የመቁጠር ዝንባሌ አላቸው፡፡ ካለፈው ሁኔታቸው አልፈው እዚህ ለመድረሳቸው ምክንያት የሆናቸው ሰውና ሁኔታ እንዳለ ለማሰብ ጊዜም የላቸው፡፡

ስለ ቤተሰብህ አስብ

ከማህጸን ጀምሮ በአንዴት አይነት ሁኔታ በሌሎች ሰዎች ላይ ተደግፈ እንዳለፍክ ማሰቡ ጠቃሚ ነው፡፡ በልጅነትህም አመታት ከሰው ድጋፍ አላመለጥክም፡፡ ምናልባት አሁን ያለህበትን የእድሜ ክልል መገመት ባልችም፣ አንድን ነገር ግን በትክክል ልገምት እችላለሁ፡፡ ዛሬም ቢሆን ሌሎች የቤተሰቦችህ አባላት በከፈሉት መስዋእትነት አማካኝነት ነው ያለኸው፡፡ ይህ በፍጹም ላትክደው የማትችለው ቁርኝት ነው፡፡ ስለሆነም፣ ይህንና ያንን አድረጌያለሁ በሚለው ሃሳብ ብቻ ተቆልፈህ እንዳትቀር ለቤተሰብህ አስፈላጊውን አክብሮትና ምስጋና ልትሰጥ ይገባሃል፡፡ ምናልባት አንዳንድ ጥፋቶች አይተህ ቢሆን እንኳ፣ ካደረጉብህ ነገር ያደረጉልህ እንደሚልቅ አትዘንጋ፡፡

ስለ ተሰማራህበት ተቋም አስብ

ስለተማርክበት የትምህርት ተቋም፣ ስለሰራህበት መስሪያ ቤትም ሆነ ስለተሳተፍክባቸው ማህበራት አስብ። እነዚህ ተቋማት እንዲሁ ከሰማይ አልተከሰቱም። አሁን የደረሱበት ደረጃ ለመድረስ መስዋእትነትን የከፈሉ ብዙ ሰዎች ከጀርባቸው አሉ። ዛሬ አንተ በዚያ መገኘትህንና ያሳየሃቸውን አንዳንድ ጥረቶች ብቻ አትመልከት። አመለካከትህን ሰፋ አድርግ። አለዚያ በይገባኛል ጥያቄ ብቻ የዞረ አእምሮ ተሸክመህ ትኖራለህ። የመብተኝነትና የይገባኛል ጥያቄ ክፋት የሌለው ጉዳይ ሆኖ ሳለ፣ የምናስበው ያንን ብቻ ሲሆን ግን መስመሩን ይስታል። የእኛን መዋጮና መብት ሌሎች ሰዎች ካበረከቱት አንጻር በሚዛናዊነት ካልቃኘነው ትርፍ የለውም።

> ለሰዎች "ይህንና ያንን ውለታ ሰርቻለሁ" በማለት ከመዘገባቸው ነጥቦች አጠገብ ሌሎች ሰዎች ለእርሱ ያደረጉለትም ጭምር በመመዝገብ ሁኔታውን አመዛዝኖ የሚመለከት ሰው እጅግ ውብ የሆነ አእምሮ ያለው ሰው ነው።

ስለ ሃገርህ አስብ

የምትኖርባት ሃገር አሁን ያለችበት ውብ ሁኔታ እንድትደርስ የተለያዩ አይነቶች መስዋእትነት የከፈሉ በርካታ ሰዎች እንደነበሩና አሁንም እንዳሉ ላስታውስህ። ከእነዚህ መስዋእትነትን ከከፈሉ ሰዎች መካከል አንዳንዶቹ እኔና አንተ ለምንኖርባት ሃገር እስካሁን ከከፈልናቸው መስዋእትነቶች የላቁ እንደሆኑ እርግጠኛ የምሆነው ሕይወታቸውን እንኳን ሳይቀር የከፈሉ ሰዎች እንዳሉ ታሪክ ስለሚነግረን ነው። ይህንን እውነታ ማስታወስ፣ "ሊደረግልኝ ይገባል" ከምላቸው መብቶቼ ጋር በተጨማሪ በሃላፊነቴም ላይ እንዳተኩር ይረዳኛል። ከሃላፊነት ውጪ የሆነ መብተኝነት ወደ መረንነትና ወደ ጭፍን አመጸኝነት የመውሰድ ተጽእኖ አለውና።

| ማጠቃለያ |

ጊዜን ለራስህ ጨምር

ማንኛውም እውቀት ትርጉምና ውጤት ሊኖረው ይገባል፡፡ የእውቀት ትርጉሙ ያለው ወደ ተግባር ተለውጦ የዚያን ሰው አደራረግ፣ አኗኗርና ማንኛውም የሕይወቱን ዘርፍ አሁን ካለበት ሁኔታ ወደ ተሻለ ደረጃ ሲለውጠው ነው፡፡ ይህንን መጽሐፍ በማንበብህ ምክንያት ቢያንስ አንድን አስፈላጊ እውቀት እንደቃረምክ አምናለሁ፡፡ እንደዚህ ባለ መጽሐፍ ላይ የሰፈረውን ርእስ ተመልክተህ፣ "ይህ እውቀት ያስፈልገኛል" ብለህና ከሰው ተውሰኸውም ሆነ ገዝተኸው ማንበብህ ስለ አንተ የሚናገረው ነገር አለ፡፡ ለማደግ፣ ለመሻሻልና ከአንዱ ደረጃ ወደ ተሻለው ለማለፍ የተዘጋጀ ማንነት እንዳለህ ያመለክታል፡፡ እስቲ አንድ ነገር አብረን እናስብ፡፡ ይህንን ሃሳብ ከግል ልማዴ በመንሳት እንነጋገረው፡፡ ከጥቂት አመታት በፊት ማድረግ በምፈልገው ነገር ዙሪያ ትኩረትና ዲሲፕሊን (ስነ-ምግባር) የሞላው ጎዳና መጀመር አለብኝ ብዬ ወሰንኩ፡፡ ይህንን ጎዳና ለመጀመር በመጀመሪያ የትኩረት ጉልበቴን ማቃጠል የምፈልግበትን አስፈላጊ ነው የምለውን ነገር መምረጥ ነበረብኝ፡፡ ስለዚህም፣ ጠቃሚ ጽሑፎችን በመጻፍ ለሕብረተሰቤ ማበርከት መረጥኩ፡፡ ውሳኔዬ ይህንን ይመስል ነበር፤ በየቀኑ ቢያንስ ለአንድ ሰዓት ተኩል ያህል በአንድ ነገር ዙሪያ መጻፍ አለብኝ፡፡ ይህ ውሳኔ ቀላል ውሳኔ አልነበረም፤ ማድረግ የማይቻልም አይደለም፡፡ ስጀምረው ትንሽ

> በየቀኑ የአንድ ሰዓት ተኩል ጊዜን በመወሰንና በማመቻቸት ቀድሞ አደርግ ያልበረውን ነገር ማድረግ በመጀመሬ ... በአመት ከሌሎች የስራ ሃላፊነቶቼ ውጪ የሆኑና ማንም የማይነካብኝ የሁለት ወራት የስራ ጊዜ ፈጥሬአለሁ፡፡

ጫና የነበረብኝ ቢሆንም ከትኩረቴ ሳልወጣ ስለደጋገምኩት ማድረግ ችያለሁ፡፡ ይህንን ውሳኔ ተግባራዊ ለማድረግ ከየቀኑ አስፈላጊነቱ አናሳ ከነበረ ልማዴ ላይ አንድ ሰዓት ተኩል "መስረቅ" ነበረብኝ፡፡ ስለዚህ በመጀመሪያ ማድረግ የነበረብኝ፣ ለመጻፍ የሚያስችለኝ ንቁ ሰዓቴና በምንም ሁኔታና በማንም ሰው ትኩረቴ የማይሰረቅበት ጊዜና ሰዓት የትኛው እንደሆነ መለየት ነው፡፡ ንቁ ሰዓቴ ማለዳ ነው፣ በዚያን ሰዓት ደግሞ ከቤቴ የተለየ ምቹ ስፍራ የለም፡፡ ጉዞው የተጀመረው ያን ጊዜ ነው፡፡

ይህን ውሳኔ ከጀመርኩ ጀምሮ ከአቅም በላይ የሆኑ ጉዳዮች ካጋጠሙኝ ቀናት በስተቀር በየቀኑ ቢያንስ ለአንድ ሰዓት ተኩል እጽፋለሁ፡፡ በአመት ውስጥ የሰዓት ልማዴንና የእንቅልፍ ሁኔታዬን የሚያዛቡ የተለየ የጊዜ አቆጣጠር ያላቸው አገሮች በምጓዝበት ጊዜ እንኳ ይህንን ልማዴን በፍጹም ላለማቆም ጥረት አደርጋለሁ፡፡

ሂሳቡን እንስራው፡፡ በየቀኑ የአንድ ሰዓት ተኩል ጊዜን በመወሰንና በማመቻቸት ቀድሞ አደርግ ያልበረውን ነገር ማድረግ በመጀመሬ በአመት 547 ሰዓታትን በአንድ ነገር ላይ በማተኮር መስራት ጀምሬአለሁ ማለት ነው፡፡ እነዚህን 547 ሰዓታት በቀን 40 ሰዓት በሆነው የተለመደ የስራ ሰዓት ሳሰላቸው የሁለት ወራትን (68 ቀናት) የስራ ጊዜን ለራሴ ጨምሬአለሁ ማለት ነው፡፡ በሌላ አባባል በአመት ከሌሎች የስራ ሃላፊነቶቼ ውጪ የሆኑና ማንም የማይነካብኝ የሁለት ወራት የስራ ጊዜ ፈጥሬአለሁ፡፡ ምናልባት ይህንኑ ስሌት በመስራትና ተመሳሳይ ውሳኔን በመወሰን በአመት የተወሰኑ ነጻ የስራ ጊዜአት ለራስህ መጨመር ትችላለህ፡፡ ይህንን ለማድረግ የሚከተሉት ደረጃዎች ይጠቅሙሃል ብዬ አምናለሁ፡፡

መገንባት የምትፈልገውን ነገር ለይ

በዚህ መጽሐፍ ላይ ያነበብከውን የትኩረት እውነታ ተግባራዊ ለማድረግ ስታስብ ምናልባት በአንድ የሕይወትህ ሁኔታ ዙሪያ ትኩረት ሰጥተህ ለማዳበር የምትፈልገው ነገር ታይቶይ ይሆናል፡፡ ይህንን ጉዳይ በሚገባ አስበህበት አንድ ድምዳሜ ላይ

በመድረስ ለመለወጥ፣ ለመገንባት ወይም ለማሻሻል የመረጥከውን ተግባር ለይተህ እወቅ፡፡ እኔ ከመረጥኳቸው ተግባሮች አንዱ የመጻፍን ነገር በማዳበር ለሕብረተሰቤና ለአገሬ ሕዝብ ጠቃሚና ተግባራዊ እውነታዎችን ማቀበል ነው፡፡

አመቺ ሰዓት ምረጥ

አንድ ጊዜ ላተኩርበት የፈለኩትን ተግባር ከመረጥኩ በኋላ ያንን ነገር ለመጀመርና ተግባራዊ ለማድረግ አመቺ ሰዓት መምረጥ አስፈላጊ ነው፡፡ ይህ ሰዓት ምርታማ ለመሆን ንቁ የሆንኩበትና ከተለያዩ ሃሳብ ሰራቂ ሁኔታዎች ነጻ የምትሆንበት ሰዓት ሊሆን ይገባዋል፡፡ በእኔ ሁኔታ አመቺ የምለው ሰዓት የማለዳ ሰዓት ነው፡፡ ልጆቼ ከተነሱ በኋላ ጽሑፍ ላይ ማተኮር ስለማልችል ከማለዳው በ11 ሰዓት ነው የምጽፈው፡፡ አንተም ማዳበር ከምትፈልገው ጉዳይ አንጻር አመቺ ጊዜን መምረጥ ትችላለህ፡፡

1. አመቺ ሁኔታንና ቦታን ምረጥ

ለተግባር ስኬታማነት ስፍራ ወሳኝ ነው፡፡ ለምሳሌ፣ እኔ ለመስራት የመረጥኩትን የጽሑፍ ስራ ጫጫታ ያለበት ካፌ ሆኜ ልሰራው አልችልም፡፡ ስለዚህም የጸጥታውን ሁኔታ ልቆጣጠረው በምችልበት በቤቴ ሆኜ መጻፍ ይመረጣል፡፡ የጸጥታው ሁኔታ ብቻ ሳይሆን ለረጅም ሰዓት ተቀምጬ ለመጻፍ ምቹ የሆነ ስፍራ ላይ መቀመጥ አለብኝ፡፡ ከዚያም በተጨማሪ ራሴን ዘና ማድረግ ስፈልግና ከመጻፍ ተግባሬ እረፍት ስፈልግ ዘወር የምልባቸው ሁኔታዎች አመቻቻለሁ፡፡ አንተም ከዓላማህ አንጻር ይህንን ለማድረግ ሞክር፡፡

እርምጃን ውሰድ

ይህንን አስታውስ፣ አንድን ነገር እስክትጀምረው ድረስ አይጀመርም፡፡ ምንም እንኳን የመጻፍ ጽኑ ፍላጎት ቢኖረኝ፣ አንድ ቀን ተነስቼ ይህንን ተግባር መጀመር አለብኝ ብዬ እስክጀምረው ድረስ አልተጀመረም፡፡ በምኞት ብቻ የቆየሁባቸው ጊዜአት እንደነበሩ

ማስታወስ አስፈላጊ ነው፡፡ ምኞትና የቀን ሕልም ግን የትም አያደርስም፡፡ አንድ ቀን ተነስቼ ከአንድ አረፍተ ነገር በመነሳት የጽሑፍን ስራ መጀመር ነበረብኝ፡፡ ሲጀመር ግር ይላል፣ ሲቀጥል ግን እየጠራ ይሄዳል፡፡ አንተም ከምኞት ውጣና ያሰብከውን ጀምር!

መልካም የትኩረትና የውጤታማነት ዘመን!

| References |

1. Loehr, J. & Schwartz, T. (2003). *The Power of Full Energy.* The Free Press, New York, NY.
2. Canfild, J.; Hansen, M. & Hewitt, L. (2000). *The Power of Focus.* Health Communications, Inc. Deerfield Beach, FL.
3. Bergman, P. (2011).18 Minutes. *Business Plus.* New York, NY.
4. Goleman, D. (2013). *Focus.* HarperColins Publishers. New York, NY.
5. Palladino, L. (2007). *Find Your Focus Zone.* Free Press. New York, NY.
6. Babauta, L. (). Focus. *Waking Lion Press.* West Valley City, UT
7. Carlson, R. (1997). *Don't Sweat the Small Stuff ... and it's all Small Stuff.* Hyperion. New York, NY.
8. Daniels, P. (1985). *How to Reach Your Life Goals.* Tabor House Publishing. An Harbor, MI.
9. McNally, D. (1998). *The Eagle's Secret.* Delacorte Press. New York, NY.
10. Covey, S. (1989). *The 7 Habits of Highly Effective People.* Simon &Schuster.New York, NY.
11. McCarthy, Kevin. (1992). *The On Purpose Person.* Navpress. Colorado Springs, CO.

አመራር
A to Z
ዶ/ር ኢዮብ ማሞ

25 የስኬት ቁልፎች
በዶ/ር ኢዮብ ማሞ

የጊዜ አጠቃቀም ጥበብ
በዶ/ር ኢዮብ ማሞ

እይታ
በዶ/ር ኢዮብ ማሞ

የስሜት ብልህነት
በዶ/ር ኢዮብ ማሞ

ትኩረት
በዶ/ር ኢዮብ ማሞ

የማንነትህ መለኪያ
በዶ/ር ኢዮብ ማሞ

ሁለንተናዊ ብልፅግና
በዶ/ር ኢዮብ ማሞ

የትራንስፎርሜሽን
አመራር
Transformational
Leadership
በዶ/ር ኢዮብ ማሞ

የአለማችን
አስቸጋሪ ሰዎች
በዶ/ር ኢዮብ ማሞ

ራስን ማሸነፍ
ማሸነፍ ያለብህ ራስህን እንጂ
ተራራውን አይደለም!
ዶ/ር ኢዮብ ማሞ

የገንዘብ ነጻነት
አምዶች
በዶ/ር ኢዮብ ማሞ

የህይወት ጸጸቶች
ዶ/ር ኢዮብ ማሞ

ገገርው ስሜት
መፍራት አቁምና መኖር ጀምር!
ዶ/ር ኢዮብ ማሞ

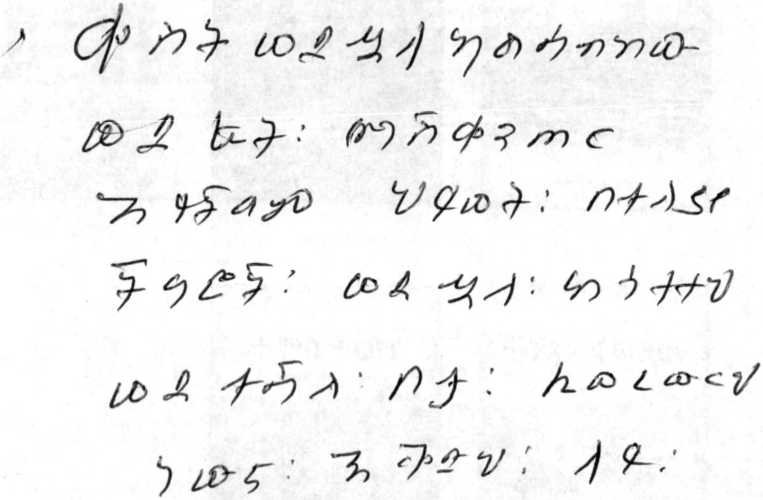

[illegible] [illegible] [illegible]
[illegible] [illegible]: [illegible]
[illegible] [illegible]: [illegible]
[illegible]: [illegible] [illegible]: [illegible]
[illegible] [illegible]: [illegible]: [illegible]
[illegible]: [illegible] [illegible]: [illegible]:
[illegible] [illegible]: [illegible] ::

[illegible] [illegible]: [illegible]
[illegible] [illegible]: [illegible]
[illegible] [illegible]
[illegible] [illegible]::